Hoa Đàm nối Lửa Từ Bi

ÁNH TRĂNG ĐẠO-LÝ

Vũ - Hoàng - Chương

thơ Vũ Hoàng Chương

Hàng Thị tái bản
2024

Copyright © 2024 Estate of Vũ Hoàng Chương
All Rights Reserved

Title: Hoa Đàm nối Lửa Từ Bi
Subtitle: thơ Vũ Hoàng Chương
Author: Vũ Hoàng Chương
First US Edition 2024
Edited and annotated by Tran, N.K.

ISBN-13: 978-1-949875-35-5
ISBN-10: 1-949875-35-0

Printed and bound in the United States of America

Published by
Hàng Thị
Henrico, Virginia, USA
www.hangthi.com

Cover designed by André Tran

hoa   vằng
đàm   vặc
nối   ánh
lửa   trăng
từ   đạo
bi   lý

Vào Đây Sẽ Gặp

Lời Nói Đầu..v
Lửa Từ Bi...1
   Lời Tác Giả..3
   Trường ca, Luật thi, Lục bát.....................................5
      lửa từ bi..6
      người với người...9
      gẩy một cành mai...13
      một cuộc bể dâu...16
      dư ba..18
   Nhị Thập Bát Tú...19
      hoa nào ấm mộng...20
      tận thế rồi chăng...20
      vòng đai vương miện...21
      khoa học loài người..21
      tiếng khóc giờ đây...22
      trời cao phật hiện...22
      lưới trời lồng lộng...23
      diều cháy lưng trời..23
      linh sơn phật khóc..24
      lửa gọi đồng thưa..24
Ánh Trăng Đạo Lý..1
   Tựa..3
   Trường ca, Luật thi, Lục bát.....................................4
      Bánh Xe Diệu Pháp..5
      Trường Ca Phật Đản...8
      Điệp Khúc..12

Tiếng Thơ Mùa Loạn	16
Hoa Trang Thành Tượng	18
Năm Ngón Tay Phật	21
Tâm Sự Một Giòng Lệ	22
Chính Nghĩa	23
Thời Cảm	24
Mùa Xuân Tháng Tư	25
Điềm Thái Hòa	26
Núi Kia Sông Nọ Chùa Này	27
Dư Âm Hạt Cát	29
Lời Nguyện Đêm Thu	30
Bút Nở Hoa Đàm	31

Nhị Thập Bát Tú...**33**

Quả Chuông Vĩ Đại	34
Máy Đo Tự Động	34
Hiểu Làm Sao Nổi	35
Bóng Đó Hình Đâu	35
Sứ Mạng Lịch Sử	36
Hỏa Lệnh Cuối Thu	36
Hoa Trang Hương Sách	37
Ngả Nào Sinh Lộ	37
Ác Mộng Đường Xa	38
Con Đường Tranh Đấu	38
Tang Tóc Miền Trung	39
Thảm Cảnh Bão Lụt	39
Trâu Nước Bão Trời	40
Hai Ngày Tuyệt Thực	40
Tin Tưởng Muôn Đời	41

Bút Nở Hoa Đàm......................1

Phần Thứ Nhất................................3

nguyện cầu	4
thoát hình	5
bài ca dị hỏa	7
ngẫu cảm	9
cảm truyện nàng tơ	11
sầu lên hợp phố	12

lửa cháy băng tan..12
gió bụi đèn hoa..13
ba chặng đường tu..13
chuông chùa nhất trụ......................................14

Phần Thứ Hai..15
lửa từ bi...16
người với người..19
gẫy một cành mai..23
dư ba...26
hoa nào ấm mộng..27
tiếng khóc giờ đây...27
trời cao phật hiện..28

Phần Thứ Ba...29
bánh xe diệu pháp..30
trường ca phật đản [1]......................................33
điệp khúc..37
tiếng thơ mùa loạn..41
hoa trang thành tượng...................................43
năm ngón tay phật...46
tâm sự một giòng lệ......................................47
chính nghĩa..48
thời cảm..49
mùa xuân tháng tư..50
điềm thái hòa...51
núi kia sông nọ chùa này................................52
dư âm hạt cát...54
lời nguyện đêm thu.......................................55
bút nở hoa đàm..56
sứ mạng lịch sử..58
ngã nào sinh lộ...58
tin tưởng muôn đời.......................................59
đô thành hoa lệ [1]...59

Phần Thứ Tư...60
nối lửa từ bi...61
nhắn qua biển lớn...64
chuông chùa diệu đế......................................65

biển câm nổi sóng	67
đâu là chân sắc	71
từ đấy	75
đáp số	77
cuồng ca năm ngọ	80
trẩy hội	82
mơ chùa hương	85
tuyết trắng gương trong	89
viên mãn	91
tháp đoàn viên	93
bia hùng lực	96
lửa... lửa... và lửa	97

Phụ Lục i

Hán Tự	iii
Nhạc	iv
Giấy Ủy Quyền	v

Lời Nói Đầu

Đây là một trong những tập thơ trong dự án in lại và phát hành các thi phẩm của nhà thơ Vũ Hoàng Chương, theo lời ủy thác của Vũ Hoàng Tuân - ông đã giao cho chúng tôi nhiệm vụ tái bản tại Hoa Kỳ tất cả các tác phẩm của thân sinh ông - nhà thơ Vũ Hoàng Chương. Lần lượt, chúng tôi sẽ cho in lại và phát hành các tập kế tiếp, khi thời gian và điều kiện cho phép.

Nội dung của tập này tổng hợp các bài thơ trong ba thi phẩm thiên về Phật giáo là Lửa Từ Bi (1963), Ánh Trăng Đạo Lý (1966), và Bút Nở Hoa Đàm (1967), và từ đó tên của tập mang ý nghĩa *hoa đàm* nối *lửa từ bi*. Các bài thơ trong ba thi phẩm này tuy có nhiều trùng lặp lẫn nhau và với các thi phẩm khác, nhưng chúng tôi không lược đi bài nào trong tinh thần cố gắng giữ đúng nguyên bản. Chúng tôi cũng chép *theo các ấn bản nguyên thủy,* chỉ đối chiếu với các thi phẩm sau này, sửa lại khi xét thấy bản nguyên thủy đã in sai, còn thì chỉ ghi chú những dị biệt quan trọng.

Các bản gốc trong tay chúng tôi không được hoàn hảo. Thi phẩm Ánh Trăng Đạo Lý thiếu mất một trang gồm 12 câu của bài Trường Ca Phật Đản - được bổ túc bằng một bản tìm thấy trên mạng, nhưng bản này có nhiều chữ sai vô nghĩa, phải dựa vào thi pháp của nhà thơ để cố gắng chỉnh lại, không chắc hoàn toàn đúng. Thi phẩm Bút Nở Hoa Đàm thì thiếu hẳn nhiều bài trường ca, phải bổ túc bằng các bài thơ trong các thi phẩm khác, nên không hoàn toàn giống cách viết hoa hay chấm câu.

Không phải là nhà phê bình hay nghiên cứu về thi ca - công việc này đã có các học giả cao minh cùng các nhà khảo cứu có phương pháp, có kiến văn - chúng tôi chỉ làm công việc sưu tầm, sao chép thật cẩn trọng, chỉ sửa các lỗi ấn loát hay chính tả khi thật cần thiết. Mục đích chính yếu là cung cấp cho bất cứ ai cần đến các tài liệu tương đối đầy đủ, đáng tin cậy, để khỏi mai một những di sản quí báu của đất nước. Đặc biệt, hai nhạc sĩ Hà Lan Phương và Nguyễn Hải đã phổ nhạc bài thơ Lửa Từ Bi, ký âm của nhạc phẩm bản này được in vào phần Phụ Lục.

Ngoài bản in, sẽ có bản điện tử dạng pdf để việc tìm kiếm lời thơ, câu thơ, hay bài thơ được dễ dàng hơn. Nếu tập thơ nhỏ này, ngoài việc thực hiện lời ủy thác của người bạn năm xưa, có giúp ích được bạn đọc nào muốn tìm hiểu thêm về văn nghiệp của một thi hào dân tộc, thì chúng tôi đã vô cùng mãn nguyện.

Xin nói lên lòng tri ân giáo sư Từ Mai Trần Huy Bích, người đã tiếp hơi cho nguồn cảm hứng và khích lệ chúng tôi trong việc tìm hiểu và sưu tầm thơ Vũ Hoàng Chương, cùng cảm tạ các bạn hữu gần xa đã giúp đỡ rất nhiều trong việc sưu tầm và đánh máy khoảng hơn 15 năm trước đây.

Sau cùng, xin cảm ơn hai bào huynh Ngọc Sách và Trần Ngọc đã không ngừng khuyến khích, cổ động, cùng Mỹ An, người bạn đời, đã tạo mọi điều kiện thuận lợi để một thường nhân như chúng tôi có thể tiếp tục cuộc hành trình tưởng như bất tận này.

Henrico, cuối hạ 2024
N.K

Lửa Từ Bi

thơ Vũ Hoàng Chương trang 2   Hàng Thị tái bản

Lời Tác Giả

Những bài thơ trong tập này nhằm ghi lại một nguồn cảm hứng mới của tác giả, khơi dậy trong lòng cuộc tranh đấu của Phật giáo đồ VIỆT NAM, khoảng năm 2507 Phật lịch (từ 15 tháng Tư đến 15 tháng Chín), tức là năm 1963 d.l.

Bài LỬA TỪ BI, gửi đăng nhật báo TỰ DO Saigon ngày 28-7-63 bị kiểm duyệt bỏ trọn, đã được văn phòng Chùa XÁ LỢI, ngay sau đó, quay thành những bản "Ronéo" và phổ biến nhân ngày Chung Thất của BỒ TÁT QUẢNG ĐỨC.

Bài NGƯỜI VỚI NGƯỜI được đăng trên nhật báo TỰ DO ngày 18-8-63 chỉ bị kiểm duyệt bỏ 10 chữ.

Sau đấy, Chùa XÁ LỢI bị cường quyền xâm phạm, nhật báo TỰ DO cũng bị đình bản, tác giả không còn phương tiện nào khác để phổ biến thơ của mình ngoài cách chuyền tay trong số các bạn thân tín.

Riêng 2 bài LỬA TỪ BI và NGƯỜI VỚI NGƯỜI đã gửi sang Âu châu ngay sau lúc sáng tác nên nữ thi sĩ Bỉ quốc Simone Kuhnen de la Cœuillerie đã dịch Pháp ngữ để kịp thời đệ trình lên HỘI NGHỊ THI CA QUỐC TẾ họp tại KNOKKE từ 5 đến 9 tháng 9-63. Tác giả cũng đích thân gửi thư yêu cầu Hội nghị chú trọng đến cuộc tranh đấu của Phật giáo đồ tại VIỆT NAM. Thi sĩ Pierre-Louis Flouquet, nhân danh Phó chủ tịch, đã thỏa mãn lời yêu cầu này. Hai bản dịch (FEU DE SACRIFICE và D'HOMME À HOMME) đã được giới thiệu với đại biểu của 50 quốc gia.

Một đoạn trong bài thứ nhất được ngâm lên giữa Hội nghị. Đó là đoạn:

Rồi đây, rồi mai sau, còn chi?
Ngọc đá cũng thành tro, lụa tre dần mục nát
Với Thời gian lê vết máu qua đi.
Còn mãi chứ!   Còn TRÁI TIM BỒ TÁT
Gội hào quang xuống tận ngục A Tỳ

Dịch Pháp ngữ như sau đây:

Et dans ce lointain avenir...
Quand le jade et le marbre seront réduits en cendres,
Quand la soie et le bambou ne seront plus de guenilles,
Quand le Temps aura fui, traînant ses pas sanglants,
Règnera éternellement le CŒUR DE BODHISATVA
Dont l'éclat magnanime illuminera jusqu'au tréfonds des Enfers.

Tác giả đang xúc tiến việc dịch sang ngoại ngữ tất cả những bài trong tập này, và sẽ cho xuất bản một ngày gần đây nếu không gặp điều gì ngăn trở.

SAIGON, tháng chín, Phật lịch 2507
(Dương lịch 1963)

Trường ca, Luật thi, Lục bát

lửa từ bi

Kính dâng lên
BỒ TÁT QUẢNG ĐỨC

Lửa! Lửa cháy ngất Tòa Sen!
Tám chín phương nhục thể trần tâm
      hiện thành Thơ, quỳ cả xuống.
Hai Vầng Sáng rưng rưng
Đông Tây nhòa lệ ngọc
Chắp tay đón một Mặt Trời Mới Mọc,
Ánh Đạo Vàng phơi phới
      đang bừng lên, dâng lên...

Ôi, đích thực hôm nay Trời có Mặt!
Giờ là giờ Hoàng Đạo nguy nga.
Muôn vạn khối sân si vừa mở mắt
Nhìn nhau: tình huynh đệ bao la.
Nam mô ĐỨC PHẬT DI ĐÀ
Sông Hằng kia bởi đâu mà cát bay?

Thương chúng sinh trầm luân bể khổ
NGƯỜI rẽ phăng đêm tối đất dày
Bước ra, ngồi nhập định, hướng về Tây
Gọi hết LỬA vào xương da bỏ ngỏ
PHẬT PHÁP chẳng rời tay...
Sáu ngả luân hồi đâu đó
Mang mang cùng nín thở
Tiếng nấc lên ngừng nhịp Bánh Xe Quay.

thơ Vũ Hoàng Chương trang 6   *Hàng Thị tái bản*

Không khí vặn mình theo
            khóc oà lên nổi gió
NGƯỜI siêu thăng...
            giông bão lắng từ đây,
Bóng NGƯỜI vượt chín tầng mây
Nhân gian mát rợi bóng cây Bồ Đề.

Ngọc hay đá, tượng chẳng cần ai tạc!
Lụa hay tre, nào khiến bút ai ghi!
Chỗ NGƯỜI ngồi: một thiên thu tuyệt tác
Trong vô hình sáng chói nét TỪ BI.

Rồi đây, rồi mai sau, còn chi?
Ngọc đá cũng thành tro
            lụa tre dần mục nát
Với Thời Gian lê vết máu qua đi.
Còn mãi chứ! Còn TRÁI TIM BỒ TÁT
Gội hào quang xuống tận ngục A Tỳ.

Ôi ngọn LỬA huyền vi!
Thế giới ba nghìn phút giây ngơ ngác
Từ cõi Vô Minh
Hướng về Cực Lạc.
Vân điệu của thi nhân chỉ còn là rơm rác
Và chỉ nguyện được là rơm rác

Thơ cháy lên theo với lời Kinh;
Tụng cho nhân loại hòa bình
Trước sau bền vững tình huynh đệ này.

Thổn thức nghe lòng Trái Đất
Mong thành Quả Phúc về Cây.
Nam mô THÍCH CA MẦU NI PHẬT[1]
Đồng loại chúng con
          nắm tay nhau tràn nước mắt
Tình thương hiện Tháp Chín Tầng xây.

Khởi viết từ ngày 11-06-1963
xong ngày 15-07-1963 tại SAIGON

---

[1] Trong thi phẩm **Chúng Ta Mất Hết Chỉ Còn Nhau**, câu này có thêm hai chữ *Bổn Sư*, và chữ *Mầu* in là chữ *Mâu*
   Nam mô Bổn Sư Thích Ca Mâu Ni Phật

người với người

**Thông điệp của MỘT
gửi cho TẤT CẢ**

Chúng ta đều là NGƯỜI
Đều thế đứng cao sang
        đều sắc máu đỏ tươi
Đều hãnh diện trên muôn loài ngự trị,
Nhưng buồn thay... một phút nào kia
        nếu không gian chẳng còn dưỡng khí
Cũng đều ngã ra chấm hết cuộc đời.
Sao các bạn, các anh, các chị
Ở nơi đây và tất cả những đâu nơi[1]
Lại quên được - sao mà quên được nhỉ? -
Rằng "thịt da ai cũng là NGƯỜI"?

Nhân loại đã từng rên xiết
Đói rũ xương và khát cháy thiêu môi,
Quằn quại với nhu cầu khẩn thiết
Qua bao thế kỷ nay rồi.
Tật bệnh, tai ương, điêu tàn, hủy diệt,
Biển mặn ư? - Máu, lệ, mồ hôi!

Chính các chị, các anh, các bạn
Cũng có lửa khắc sâu lên trán
Từ sơ sinh hai chữ CON NGƯỜI
Cũng mang nặng bùn nhơ kết khối phàm thai,

Cũng giương mắt bao phen
            giữa vòng sao thác loạn
Cũng lê chân qua mờ mịt đêm dài,
Cũng da thịt biết đau từng vết rạn
Ở mỗi tế bào phân tán
Khi nắng đốt trên đầu gió quất trên vai.
Nhìn nhau, đây đấy một loài;
Xót xa nhau chút hình hài với nao!

Nhớ xưa Nhạc, Huệ,
Cùng tranh ngôi cao
Một lời thống thiết
Muôn đời gởi trao:
"Nồi da nấu thịt
Lòng em nỡ nào?"

Một con ngựa đau cả tàu nhịn cỏ,
Loài vật kia chẳng cũng dạy NGƯỜI sao?
Búa nện xương kêu, gậy đập máu gào
Đáng lẽ phải vang rền tim óc bạn,
Và chát chúa hồi thanh trong huyết quản
Dựng gươm dao cắt chính thịt da mình.
Lẽ đâu các bạn làm thinh
Nhìn CON NGƯỜI hiện nguyên hình ĐAU THƯƠNG.

Các chị các anh còn biết khóc
Mỗi xa người thân, chia uyên ương,
Còn biết những canh dài trằn trọc
Nhớ quê nhà chìm trong khói sương,
Còn trang sử ông cha mở đọc
Biết rưng rưng sôi chí quật cường,
Hẳn còn tim còn óc
Còn nhân luân còn linh tính
           còn thiên lương;
Sao có thể đeo vết nhơ làm ngọc
Xức mùi tanh làm hương?
Kìa máu, máu!
Vết nhơ ấy lột da đi không tróc
Mùi tanh ấy quyện vào hơi vào tóc
Như mọc lên như sờ thấy trong gương;
Bóng mình chăng? Hay đó Quỷ Vô Thường?

Không, ngàn lần không;
           Chúng ta không phải Quỷ!
Mà hết thảy các anh các chị
Với tôi cùng một loài NGƯỜI,
Tuổi ý thức đã hàng trăm thế kỷ
Dù, nói cho khiêm nhượng, mới HAI MƯƠI.

Đau khổ đã cắt ngang vào não tủy
Nghĩa TỪ BI xây dựng cứu đời;
Thì tin rằng mai đây và khắp nơi
Bóng HOẠT PHẬT lung linh đài TỬ SĨ;
Muôn ngọn hải đăng
Tỉnh hồn cơ khí,
Bằng ánh sáng "vô chung vô thỉ"
Soi đường Khoa học giữa mù khơi.
Những mầm mống TƯƠNG TÀN, KỲ THỊ
Như lá mùa thu phải rụng rơi.
Nhân-loại hiển chân thân
        cũng tìm ra chân lý:
Đức HIẾU SINH vằng vặc ngôi Trời...

Vững lòng tin ở XA VỜI,
Bàn tay chẳng nhuộm máu NGƯỜI, giơ lên!

                            13-08-1963

[1] Trong thi phẩm **Bút Nở Hoa Đàm**, câu này in là
Ở nơi đây và tất cả những nơi đâu

gẫy một cành mai

Thay lời phát-nguyện của nữ sinh Phật tử
MAI TUYẾT AN, người đã tự hủy một bàn
tay để tranh đấu nêu cao CHÁNH PHÁP

Lòng son búa sắt
Tay chặt bàn tay
Dâng lên cúng Phật.

Máu hòa mưa bay...
Chén cơm thường nhật
Oan khổ đã đầy.

Giờ đây, Mai đây
Một còn một mất
Trời đất cùng hay.

Búa năm nhát, nát bàn tay,
Xé tung xương thịt cho bay lời nguyền.

Bàn tay NGUYỆN VỌNG
Chặt đi còn nguyên
Chẳng BẠO mà ĐỘNG
Một ngăn mười truyền.

Tay PHẬT năm ngón
Giam cả Tề Thiên
Núi lật năm ngọn
Không tha cường quyền.

Đó đây mài sẵn Long tuyền
Búa năm nhát, phát lời nguyền cho Mai!

Lời nguyền son sắt
Lạy PHẬT NHƯ LAI
Một điểm linh đài
Cứu cho đừng tắt.

Để những ai ai
Có mắt mở mắt
Còn tai lắng tai.

Nhìn thấu xương Mai
Tấm lòng Trời Đất
Nghe vang búa chặt
Nỗi đau cùng loài...

Biển Đông, ải Bắc, non Đoài,
Vọng về Nam, thét cho dài hồi thanh!

Bàn tay nguyện nối Trường thành
Nửa chừng xuân, gẫy một cành sá chi.

Lòng Mai hướng cửa TỪ BI
Khác đâu lòng ấy hoa quỳ hướng dương.

Chín phương mười phương
Giữa cuộc nhiễu nhương
Đã về hợp nhất...

Gió tung cờ phất
Thề lật bạo cường
Khẩu hiệu lên đường:
Không lùi chẳng khuất!

Dưới lằn roi quất
Vung gậy KIM CƯƠNG
Đối diện Ma Vương
Một còn một mất.

Oan cừu chứa chất
Mờ mịt Âm Dương
Nghẹn máu quặn xương
Tím gan ứ mật;

Lửa bùng cao ngất
Từ rẫy từ nương
Từng chợ từng trường
Khắp trời khắp đất,

Cháy lên rần rật
Thành nén tâm hương.

Xin rủ lòng thương
Muôn loài muôn vật,
Giải thoát tai ương;
A DI ĐÀ PHẬT!

20-08-1963

một cuộc bể dâu

Tập Kiều

Cơ trời dâu bể đa đoan
Nỡ đày đọa trẻ càng oan khốc già.
Phật tiền ngày bạc lân la
Đầy sân gươm tuốt sáng lòa... thất kinh!
Gió mưa âu hẳn tan tành
Thôi thôi đã mắc vào vành chẳng sai.
Hằm hằm sát khí ngất trời
Hết điều khinh trọng hết lời thị phi.
Con ong cái kiến kêu gì
Trông lên mặt sắt đen sì... lập nghiêm.
Vì ai rụng cải rơi kim?
Làm chi bưng mắt bắt chim khó lòng!
Vì ai ngăn đón gió đông?
Lạ gì một cốt một đồng xưa nay!
Xem gương trong bấy nhiêu ngày
Điếc tay lân tuất phũ tay tồi tàn.
Một nhà vinh hiển, riêng oan...
Dẫu rằng đá cũng nát gan lọ người!
Phật tiền thảm lấp sầu vùi
Nghe tin ngơ ngác rụng rời xúm quanh
Qui Sư qui Phật tu hành
Ai ngờ một phút tan tành thịt xương!
Người yểu điệu kẻ văn chương
Gan càng tức tối dạ càng xót xa.

Giáp binh kéo đến quanh nhà
Đang tay dập liễu vùi hoa tơi bời.
Đau đòi đoạn ngất đòi hồi
Tử sinh vẫn giữ lấy lời tử sinh.
Ba cây chập lại một cành...
Bấy giờ mới nổi tam bành mụ lên.
Truyền quân lệnh xuống trướng tiền...
Sự này hỏi Thúc Sinh Viên mới tường.

Xiết bao đoạn khổ tình thương
Kiếp sao rặt những đoạn trường thế thôi?
Sư rằng: Phúc họa đạo Trời,
Giẽ cho thưa hết một lời đã nao.
Đường xa chớ ngại Ngô Lào
Kìa gương nhật nguyệt nọ dao quỷ thần.
Tin sương đồn đại xa gần
Một xe trong cõi hồng trần như bay.
Lão kia có giở bài bây
Cũng là mặt dạn mày dày khó coi.

Còn non còn nước còn dài
Quây nhau lạy trước Phật đài... tái sinh.
Thêm nến giá nối hương bình
Chờ xem ắt thấy hiển linh bây giờ.

30-09-1963

dư ba

Sống giữa chiêm bao vạn mối tình
Trắng tay mình lại vẫn riêng mình
Lưỡi gươm mài nguyệt còn vô dụng
Ngòi bút xuyên mây cũng bất bình
Dâu bể nghe đau lòng trái Đất
Gối chăn đợi ngát tiếng hoa Quỳnh
Nhắn ra muôn dặm về muôn thuở:
Vì cái TÂM nên lụy cái HÌNH.

14-06-1963

Nhị Thập Bát Tú

hoa nào ấm mộng

Từ hoa vương giả đến hoa hèn
Bướm cũng vừa say đã nhạt men
Giận khắp loài thơm lòng chẳng ấm
Còn chăng đâu đó LỬA ĐÀI SEN!

14-06-1963

tận thế rồi chăng

Phật nắm bàn tay lại... Bỗng dưng
Kiếp người ba ngả tối như bưng
Đường Yêu, đường Sống, đường May Rủi
Xa mãi đường Tu chẳng chịu dừng.

01-09-1963

vòng đai vương miện

Bạo lực cười lên một chuỗi dao
Sáng choang vương miện giữa trời sao
Một mai Trái Đất này tan vỡ
Há bởi Vòng Đai Phóng Xạ nào!

05-09-1963

khoa học loài người

Dưới trận đòn tra, sức điện quay
Tiếng kêu vỡ ngực xé trời bay
Nửa phần nhân loại ngây thơ hỏi:
Một vệ tinh nào phóng nữa đây?

07-09-1963

tiếng khóc giờ đây

Phật có bàn tay dẹp bất bình
Cả ngàn con mắt chiếu vô minh.
Chỉ đôi tai Phật, sao nghe xiết
Tiếng khóc giờ đây của chúng sinh!

20-09-1963

trời cao phật hiện

Trời lưu ly hiện Phật Kim Cương
Mây bạc thân vàng nét tỏ gương
Quạ lửa càng sôi cơn thịnh nộ
Càng in bóng ngọc xuống mười phương.

10-10-1963

lưới trời lồng lộng

Nghe tin Quốc Giáo bị gia hình
Ấn Độ dương kêu biển Thái Bình
Vạn ngả nước dâng về hỏi tội
Năm mười miệng cũng hết thanh minh.

15-10-1963

diều cháy lưng trời

Vận nước dầu sôi trải nấu nung
Nhiệt tâm càng đỏ nén hương chung
Lá bên Ngô dẫu còn no gió
Gặp lửa TỪ BI cũng cháy bùng.

17-10-1963

linh sơn phật khóc

Phật ngự Tòa Sen... khối xót thương
Vỡ ra thành lệ, ngấn còn hương
Lung linh giọt ngọc từng giây phút
Tẩy sạch ngai vàng bóng Quỷ Vương.

20-10-1963

lửa gọi đồng thưa

Ngọn lửa TỪ Bi gọi cảm thông
Bảy lần sôi máu khắp non sông
Đàn con Đức Mẹ quỳ, rơi lệ
Chuông Thánh Đường vang dội tiếng đồng

27-10-1963

thơ Vũ Hoàng Chương trang 26   Hàng Thị tái bản

Ánh Trăng Đạo Lý

Tập Thơ

ÁNH TRĂNG ĐẠO-LÝ

của

VŨ - HOÀNG - CHƯƠNG

do Nha Tuyên-Úy Phật-Giáo

ẤN HÀNH

*

đề kính biếu các Bạn Quân-Nhân
Quân-Lực V.N.C.H.

Tựa

Quá trình lịch sử Phật Giáo đã đóng vai trò quan trọng trong sự nghiệp cứu dân, cứu nước; thì, trước tình thế hiện tại, trong lúc Quốc Gia nguy biến ai là người thương giống yêu nòi đâu có đang tâm ngồi khoanh tay nhìn để phó mặc con thuyền lênh đênh trong cơn giông tố!!! Và có lẽ cũng vì thế mà thi sĩ VŨ HOÀNG CHƯƠNG đã gióng lên một hồi chuông cảnh tỉnh để những ai còn bơ vơ giữa ngã ba đường hãy hướng mình vào Ánh Trăng Đạo Lý.

Lửa Từ Bi đã là một thiên hồi ký trong lịch sử "vô úy" của bậc Bồ Tát xuất trần, nơi đây, Ánh Trăng Đạo Lý sẽ có một công dụng dơ ánh Đuốc tuệ để phá tan những áng mây mù bao phủ non sông.

Tôi hoan hỷ giới thiệu tập Ánh Trăng Đạo Lý này hy vọng những ai yêu thơ hãy đọc nó với tất cả một tâm hồn trong sáng của những mùa trăng bất diệt.

Mùa Phật Đản 2510
(1966)
Thượng Tọa THÍCH TÂM GIÁC
Giám Đốc Nha Tuyên Úy Phật Giáp

Trường ca, Luật thi, Lục bát

Bánh Xe Diệu Pháp

Đàn chim kêu thương
Cánh nặng trĩu một trời oan khuất.
Ngóng về Nam,
Về Bắc,
Cả hai phương sừng sững dựng mây thành.
Sân chùa cây bật gốc
Triền miên tử khí vây quanh.
Giờ cúng trái hãi hùng mưa gió
Từng tiếng kêu bé nhỏ
            rào kẽm gai xé nát hồi thanh.

Cá dưới khe vọng về Đông, khắc khoải,
Sao lắng nghe vào màu xanh
Của sông phiêu lưu
            của biển tung hoành
Chỉ thấy nước như nước hồ nước ao
            nằm trong tù độc thoại?
Muôn trùng cửa khóa
            hơi bốc lên mùi máu còn tanh...
Biển có chừng bao nhiêu góc?
Sông chia làm mấy mươi ngành?

Bọc trong gai, nghẹn lời kinh
Giạt về đâu, phút lâm hình nửa khuya?

Nhưng đá núi kia
Và lá rừng đây
Căm thù gan héo nát
Mồ hôi nước mắt tháng năm đầy;
Thoắt đã cùng chim cá
Vùng lên tất cả
Niệm mười phương Phật hướng về Tây.

Là có hôm nay
Những người tu hành
Cản tay bạo ngược liều bom đạn
Nổi lửa Từ Bi giãi sắt đanh.
Tháp chín tầng cao đường dài sáu tháng
Năm màu Cờ phất tương lai xanh.
Phật hiển hiện; muôn loài vững bước
Ào lên xiềng xích tan tành.
Trời quay mặt lại,
Sông núi hò reo cười sảng khoái,
Kìa xem: Ác quỷ đã rơi nanh!

Ôi niềm ngây ngất
Khói dâng mây lành!
Trang sử Việt
        cũng là trang sử Phật
Trải bao độ hưng suy
        dẫu nguy mà chẳng mất
Lại giờ đây sáng ngời uy danh
Hàng chữ số 2 5 0 7 (Hai, Năm, Không, Bảy)
Khắc bằng lửa vào lòng đây lòng đấy
Nơi Trái tim Bồ Tát truyền sang tinh anh...
Cỏ cây nhập hội
Chim cá đồng thanh
Vần thơ sóng nổi
Dư âm nhiệt thành
Rằng: Xe Diệu Pháp ba ngàn cõi
Một cõi này thơm vết đấu tranh.

                                            11-1963

Trường Ca Phật Đản

Đã chín trăm ngàn kiếp phù du trôi qua
Từ phút Tình Thương nhập thể chói lòa.
Trên giòng Thời gian
           hợp tan bao nhiêu đời tinh đẩu;
Tới nay: thế kỷ Hai mươi sáu
Vừa Tám tuổi phương phi.
Lũ chúng con ngửa mặt chắp tay quỳ
Hướng nẻo sông Hằng nước Phật,
Cất tiếng niệm ngân vang chín tầng trời đất:
Nam mô Bổn sư Thích ca Mâu Ni!

Khắp ba ngàn cõi[1]
Lắng tai về một cõi niệm Từ Bi
Nơi Mùa xuân Thể Phách đã ra đi
Chín chục thiều quang tan Cảnh Khói
Nhường chỗ để Tinh Anh bừng chói lọi:
Mùa Xuân Tháng Tư
Trăng tròn một khối
Đượm ánh Chân Như
Đất Việt trời Nam mở hội
Niềm mong chờ thỏa mấy chử
Năm sắc cờ bay reo ngọc bội,
Thiền Đô chuyển kiếp ĐẾ ĐÔ xưa...

Cây núi Ngự kết ngôi vàng Phật ngự
Nước sông Hương mùi đạo ngát hương đưa.
Một lời chuông gọi
Muôn ngàn tiếng thưa.
Nắng Trường sơn đồng vọng
Hồi thanh Bến Hải mưa.
Từ khắp chốn, vượt dầu sôi lửa bỏng
Về nơi đây, mừng tủi mấy cho vừa!
Cầu Bạch hổ nhịp vang gió sóng
Chợ Đông ba đằm vị muối dưa;
Vút cánh dơi bay, này quá khứ gửi âm thừa!

Hơi đất mồ hoang về, lời lời ẩm ướt;
Lằn roi ngục lạnh về, tiếng tiếng u ơ.
Và một giọng cười điên lảo đảo
Xoay ngược Địa cầu trở lui vòng quỹ đạo,
Dốc thời gian đổ ngược hướng huyền cơ...
Chúng con chợt tơi bời tâm não
Nghe trong da thịt sững sờ.
Máu khóc xương kêu
         trời ơi kìa: bàn tay ai bão táp?
Cho loài kim nghiến răng
         bánh xe chà đạp,
Tám chồi măng rụng xuống
         đêm ngàn thu bơ vơ...

Ôi, bây giờ tưởng bấy giờ;
Vui thành công lại hồn thơ nghẹn ngào!

Dĩ vãng chúng con: chuỗi hình nhân què quặt;
Mà Tương lai, mà Hiện tại...
              e còn nguyên nước lửa gươm đao!
Bên tai như thét như gào
Những giây phút, những tháng năm tàn tật,
Lũ mê muội hiểu gì đâu lẽ còn lẽ mất,
Rồi đây nhân loại ra sao?
Lạy đấng Thế Tôn, xin trỏ đường vào
Thế giới của Tình Thương Đích Thật!
Cảnh giả thân hờ lây lất
Xa vời bến Giác chừng bao?

Thoắt đâu vầng nhật
Bè mây nâng cao;
Tiếng nổ chớp giật
Mười phương hải trào.
Nghe dội xuống tận lòng sâu trái Đất,
Tung ra hòa tấu khúc thần giao;
Và ức triệu rễ Bồ đề
              tự muôn cành phơ phất
Rủ xuống trần tâm
              đang mừng tủi nao nao;
Lòng chúng con; sa mạc khát mưa rào!

Kể đã ba mươi ngàn bảy trăm tuần
Trăng đầy Giác hải, nguyệt tròn Pháp luân,
Nay ánh sáng lại đêm rằm ngọt mật.
Cõi Ta bà: thấy chăng ngày đản Phật.
Tám nguồn công đức thủy
          dâng về thanh khiết băng trinh?
Tám chồi măng: tám hành tinh
Nổi trên bọt sóng, hồi sinh huy hoàng.

Đâu còn vết máu,
Chỉ thấy hào quang!
Lòng tin mấy thuở đi hoang
Đã đến lúc về ngôi: Chín tầng Tháp Báu.
Thiền nguyên, thế kỷ Hai mươi sáu
Vừa tám tuổi hôm nay,
Giữa khoảng trời Nam Đất Việt này!
Lời tụng niệm vượt âm giai cao nhất
Nam mô Bổn sư Thích ca Mâu ni Phật!
Đón dư âm ngừng núi lở sông bồi...
Càn khôn treo nhịp Luân hồi
Chầu quanh một bóng Phật ngồi từ bi.

                                      Huế, tháng 5, T.L. 1964

---

[1] Rất tiếc, tài liệu chúng tôi hiện có lại thiếu mất đoạn này, gồm 12 câu in *nghiêng*, nên đành chép lại từ một nguồn trên mạng, vốn có nhiều chữ sai vô nghĩa. Với sức hiểu biết nông cạn, chúng tôi đã cố gắng chữa lại, nhưng không chắc hoàn toàn đúng.

Điệp Khúc

Một tiếng hô lên
Rừng người quỳ xuống
Chầu quanh Bảo tọa Kim liên.
Cành cỗi mầm non đều hớn hở.
Lá vàng xanh nín thở, từng cây giây phút nhập thiền.
Sông trầm tư, bến sầu miên,
Vụt trở giấc, hồi sinh trong Quốc giáo.
Đài chót vót nở hoa Tái tạo
Uy nghi khoáng hậu vô tiền.

Sỏi đá cũng êm gối quỳ niệm Phật;
Tám mươi vạn tín đồ chắp tay nhìn xuống đất,
Xuyên qua bảy triệu thước bề sâu,
Chỉ trong nháy mắt
Đã cùng gặp nhau
Tận khối lửa trung tâm Địa cầu.
Tiềm thức cháy lên, vọng về cảm giác,
Mỗi tế bào rung thành nốt nhạc
Thể hiện lời kinh ngợp ánh đạo mầu.
Những tia mắt phóng đi,
        vượt cả mấy muôn tầng nhiệt độ,
Cũng hồi chiếu dư quang về cửa sổ;
Ôi, từ đây nhục nhỡn có minh châu!

Lại một tiếng hô
Rừng người thẳng tắp
Trông ra, kìa! muôn trái nhựa bay lên;
Cùng đàn chim vừa được phóng sinh
        nhịp nhàng bay lên,
Cùng khói hương ngạt ngào bay lên...
Cờ Phật mở tung ra từ những chùm bong bóng;
Trời thủ đô năm sắc rợp phi thuyền!
Gió mười phương, máu toàn thân nổi sóng,
Biển người dâng lên...
Ôi, những thuyền bay hay thuyền Bát nhã
Cao vời, cao mãi, vượt ra ngoài vũ trụ vô biên,
Chở theo lẽ Từ bi Hỷ xả
Từ đỉnh Tuyết dải trường sơn Hy mã
Trước đây 2 ngàn 5 trăm lẻ 7 năm
Tháng tư ngày rằm
Đã hiển hiện kim thân Phật tổ.
Chân lý bay về đâu
        sức sống niềm vui bay tới đó.
Ngoài càn khôn còn ức triệu càn khôn,
Sỏi đá nhìn theo mát rợi linh hồn...

Bỗng đâu từ thinh không
Mưa xuống những Bánh Xe vàng bạc
Ruổi bình minh rẽ nếp mây hồng;
In dấu lửa Pháp luân vừa khởi sắc

Nhô lên ngời chói phương Đông;
Tiếng niệm Phật, Bánh xe quay vang dội,
Lơ lửng triền cao dẫn nẻo lá khô về cội,
Lăn qua rừng thẳm đưa đường mạch suối ra sông.
Lũ chúng con ngẩng đầu trông:
Dĩ vãng, Tương lai, một bóng gương lồng.
Kìa dĩ vãng: triều Đinh triều Lý,
Biển lúa chín âu ca đời xanh bình trị,
Tổ tiên đều có Phật trong lòng!
Kìa tương lai, dặm dài xa vút mắt;
Nhưng vẫn tiếng chuông chùa dìu dặt
Mở trăm ngàn lối cảm thông,
Giải thoát mê tân nhân loại hòa đồng.
Nòi giống Việt hôm nay vào hội,
Niềm tin ấy, chẳng sức gì lay nổi!
Lá mơ về cội
Suối tìm ra sông...

Hương khói mênh mông
Rừng người chuyển gót;
Đoàn diễn hành tám trăm ngàn như một
Bước lên tề chỉnh uy nghi;
Từng bước, từng bước,
Lệ ứa tràn mi;
Lòng thêm gần Phật,
Đường xa kể gì!...

Ôi, con đường tiến tới Lửa Từ Bi!
Nơi hào quang sáng rực;
Nơi trước đây vị thần tăng Quảng Đức
Tự đốt mình lên tự hủy mình đi
Cho cõi nhân sinh mát bóng Phật kỳ!

Hãy đặt gối xuống Ngã Tư lịch sử,
Một địa điểm chói lòa vinh dự
Trên bản đồ thế giới từ nay;
Việt Nam đâu?
        Nước có Ngã Tư này!
Ngã tư này! Ngã tư này!
Lửa dâng lòng nước, hương bay về nguồn...

                              Saigon, tháng 5, t.l. 1964

Tiếng Thơ Mùa Loạn

Lễ Từ Bi truyền ra cho Bạo Lực
Quỳ xuống nơi đây!
Dưới gót ngươi máu lệ tràn đầy.
Và xương tủy chúng sanh
        khúc đã khô queo
            khúc còn dính thịt.
Xương máu ấy từ lâu rên siết;
Mẹ Việt Nam
        trời! đau đớn dường bao!
Ngươi lại hôm nay quỷ sứ nhập vào
Tay chém giết lộ nguyên hình rắn rết
Toan xông lên chà đạp nữa hay sao?

Hãy quỳ xuống buông cánh tay phun nọc
Rũ bàn tay ngón trót mọc gươm dao!
Mũi nhọn ấy xỉa mười phương tim óc
Của quê hương... Lòng Mẹ xót như bào!
Con rắn ấy với hai đầu đòn sóc
Mổ dọc ngang; thân Mẹ vốn gầy hao!

Đã đến lúc ngươi cầu xin tội lỗi;
Đây Việt Nam Quốc Tự nhịp gieo vàng.
Đã đến lúc ngươi quay đầu sám hối;
Chuông Giáo đường kia chẳng cũng khua vang?

thơ Vũ Hoàng Chương trang 16   *Hàng Thị tái bản*

Dân lành giữa phút tâm tang
Lòng đau nhóm lửa sẵn sàng.
Hai mươi tám ngôi sao lệ rỏ
Ngấn bạch lạp trên quan tài hiện rõ;
Tình yêu tổ quốc chân thành
Một với tình thương mười loại chúng sanh.
Mưa trút xuống cày sâu trang sử ngỏ
Giòng nước mắt dài theo đường Tí Ngọ:
Tình yêu nhân loại bao la
Một với tình thương muôn dặm sơn hà.

Lẽ [1] Từ Bi truyền cho ngươi, Bạo Lực!
Xóa đi mau hình quỷ bóng ma,
Từ trong ẩn ức,
Trong mặc cảm, và ngay trong tiềm thức;
Để về đây huynh đệ một nhà;
Với bản lai diện mục,
Với hồn thiêng núi sông này chung đúc
Bốn ngàn năm vào một sát na!

Cảm thông, Đất Mẹ chưa già
Cành Nam may có nở hoa thanh bình.

Saigon, tháng 8 t.l. 1964

[1] Bản gốc in là *Lễ,* nghĩ là sai - sửa lại, theo tinh thần câu đầu, là *Lẽ*

Hoa Trang Thành Tượng

Các ngả trôi về muôn tiếng vang,
Trái tim rung cho đất rung theo nhịp chèo liên giang,
Chuông bay lên cùng nắng gieo vàng.
Giữa tiết Trùng dương ngày Tái tạo
Nghe mạch nước hồi tâm
         bát ngát những thanh âm kỳ ảo;
Đây! Nơi đây thành tượng
         Mùa thiêng Hoa Trang!

Ôi, mùa hoa Quách thị Trang,
Hoa Học trò bất diệt!
Còn nở mãi trên muôn giòng nhiệt huyết
Của tuổi tròn trăng, của tuổi bình minh,
Của thế hệ Đôi mươi lớp lớp có nghiêng mình
Trước màu vàng tươi ánh Đạo.
         màu trắng ngát hương Trinh!
Nhớ một sớm, đau niềm đau dân tộc,
Trang bước lên, miệng hoa cười gió lốc.
Cánh hoa gầy loang đỏ máu thư sinh.

Chỉ một cánh hoa gieo khối bất bình
Mà phút chốc, cả hồn thiêng Cách Mạng
Đã giấy mực cựa men say
         bướm bay giòng phấn bảng;

Nét chữ bừng soi sáng
Hào khí muôn đời một hiển linh!
Trang, từng trang sách vở,
Thấp thoáng in hình;
Nam, Ngãi, Sài đô, Thuận hóa,
Bàn tay giao cảm đinh ninh,
Nguyền kéo theo gươm, súng, bút đăng trình.

Lửa Từ Bi thắp lên rồi Chính Nghĩa
Hoa Học Trò xuống tiếp lệnh Hy Sinh,
Bạo Lực ấy phải cùng thiên tuyệt địa
Chờ tan thây trong tiếng nổ lôi đình.

Ngày Một tháng Mười Một
Trước đây vừa một năm
Giữa khoảng hai hồi triêu mộ,
Hồn Trang đã nhập vào tiếng nổ
Cùng núi sông trời bể thét hờn căm.
Dưới mưa đạn một hình rơm sụp đổ,
Và trong tiềm thức chúng tôi
Thần tượng Hoa Trang
        thể hiện ngay rồi.

Nay, sóng lớp phế hưng tiếng gào cấp thiết,
Giương mắt ngó Đông Tây
              ngàn sợi dây oan nghiệt,
Ánh thép xưa hoài cảm phút mài trăng;
Viễn ảnh còn nguyên sóng dậy đất bằng.
Nơi tám ngả công trường
              hịch vải chưa nhòa khí tiết
Chúng tôi đặt:
              với tinh thần bất diệt
Của cuộc đấu tranh
              mười tám tháng trước đây,
Tượng Quách thị Trang
              người nữ sinh hào kiệt,
Để thiên thu trường cửu đối cao dày.

Trời nghiêng đất lệch có ngày
Đá kia tượng vững chí này trơ trơ.

                                      Saigon, 01-11-1964

Năm Ngón Tay Phật

Bàn tay Đức Phật giơ lên
Hồi chuông nhịp mõ vang rền
Gọi tỉnh muôn loài trong cõi bụi.

Năm vị Thiền Sư lòng cao như núi
Và rỗng không như mõ ấy chuông này.
Gỗ rung Vàng réo Lửa
Đất Nước tình chan chứa;
Ngũ Hành Sơn ngồi nhập định khuya nay
Cho đến hôm nao thật có ban ngày...

Mười phương hùng lực
Chẳng sức nào lay;
Nước Việt miền Nam
          mấy mươi vòng áp bức
Rồi như bụi cuốn tro bay

Năm vị Thiền Sư vẫn ngồi tuyệt thực,
Muôn vạn chúng sinh cùng đau rưng rức,
Lệ tuôn rơi nguyền xóa hết đêm dày.

Gươm dao mặc bọn người hung dữ,
Chỉ Phật trong lòng, Phật ở tay.
Sáng rực con đường lên Quốc Tự,
Pháp Luân vừa hiện: mặt trời quay!

                                    Chiều 22-01-1965

Tâm Sự Một Giòng Lệ

Nước mắt chảy thành sông
Về Ngôi Chùa Của Nước.
Kìa ai dàn thế công
Sắt thép ngăn đường trước!

Phải người máy hay không
Mà vô tình thế được?
Ôi, Hòn ngọc Viễn đông
Lăn theo vàng Nữu ước!

Câu "Trợ Trụ vi ngược"
Vang vang buồn mênh mông...

Bên đường chợt ngẩng trông,
Biển ghi: Trần Quốc Toản.
Sầu tủi dâng đòi đoạn,
Ông là ai thế ông?

Có phải trai thời loạn,
Ngày xưa phá quân Mông?
Những ai cùng quê quán?
Những ai cùng tổ tông?

Càng gẫm càng ai oán,
Cười phá lên gai chông;
Rách tan mọi huyết quản
Giòng lệ hóa sông hồng...

Chiều 22-01 T.L. 1965

thơ Vũ Hoàng Chương trang 22   *Hàng Thị tái bản*

Chính Nghĩa

TRÍ vút lên ngàn vạn trượng cao
THIỆN TÂM HỘ PHÁP chẳng hề nao
Ánh vàng tuôn khắp sôi lòng súng
Tay trắng ngồi kia chấp mũi dao.
Năm hạng dân đều linh cảm thấy
Mười phương Phật đã hiện thân vào.
Những ai tráng sĩ con nhà Lạc
Trong mũ còn chưa dựng tóc sao?

Saigon 23-01-1965

Thời Cảm

Khởi ưng dạ dạ thính đề quyên
Bút kiếm giai minh vũ hịch truyền.
Thi khả phục long kỳ phục hổ
Chung năng hồi nhật khánh hồi xuyên.
Nhất chiêu giác ngạn thiên hoa tán
Vạn lý xuân phong bát nhã thuyền.
Nam quốc sơn hà Nam Quốc Tự
Như hà ẩm thủy bất tư nguyên!

Dịch nôm

Cuốc kêu nghe đã máu sôi giòng
Bút trỏ đường gươm hịch thẳng giong.
Thơ đuổi rồng thiêng cờ đuổi cọp
Chuông dồn quạ lửa khánh dồn sông.
Hoa trời phút chốc gieo bờ Giác
Thuyền Phật giờ đây lướt gió Đông.
Nước của dân ta chùa của nước
Nhớ nguồn đâu dám một ai không!

Cuối tháng 01-1965

Mùa Xuân Tháng Tư

Thiều quang ngoài cả chín mươi
Riêng trong ánh đạo vàng tươi thấm nhuần
Tháng Tư mới vẹn mười xuân.
Hoa Đàm nở, nguyệt Pháp Luân mới tròn
Gương đầy lên giữa khuôn mòn;
Diệt là Sinh, Mất đang Còn phải chăng?
Đêm rằm mở hội hoa đăng
Con sông nào chả sông Hằng giờ đây!
Phương nào cũng một phương Tây,
Đỉnh non kia dải núi này: Tuyết Sơn!
Bóng mây hơi nước sạch trơn
Vết đau hình thể ý hờn âm thanh.
Cát nằm Bến Hải nghe quanh:
Bèo trôi hoài giấc tung hoành tỉnh chưa?
Hai chiều ngược nắng xuôi mưa
Bánh xe Diệu Pháp cùng đưa trở về.

Saigon, tháng 05-1965

Điềm Thái Hòa

Bước chân Di Lặc thoáng gần xa
Điềm báo rồi chăng buổi Thái hòa?
Nước chảy đưa dần mây tới bến
Trăng lên đẩy ngược bóng về hoa.
Nhịp nhàng với trước sau không khác
Chót vót trong trời đất có Ta!
Hội mở tháng Tư lòng hiện Phật
Sáng trưng muôn hạt cát Ngân hà

Saigon, tháng 05-1965

Núi Kia Sông Nọ Chùa Này

Hạt cát tiền thân ngủ bến Hằng
Nơi này chợt tỉnh: Hội hoa đăng!
Nghe sông núi ngát từ muôn thuở;
Đất Việt trời Nam, Hương quốc chăng?

Sông núi thơm lừng lẫy
Chùa lên ngôi thành tên;
Cùng Hương giang với Hương Sơn ấy,
Vạn thuở Chùa Hương dấu Phật truyền.
Ba nén thắp lên
Cùng nghi ngút cháy,
Mười tám trăm năm từ mở kỷ nguyên.
Bao nhiêu đời tổ tiên
Hương lòng đã thắp,
Nào ta dâng lên
Cho khói chở niềm tin rộng khắp,
Lời nguyện xa bay.
Nguyện cho trời đất cao dày
Núi kia sông nọ Chùa này sáng danh.

Kìa ngọn lửa hôm nào đỏ rực
Kết nên mây lành;
Từ da thịt, từ trái tim
        Thầy QUẢNG ĐỨC,

Lửa dâng cao mùa Pháp nạn
        nghĩa hy sinh
Thì nước Việt đã là Hương quốc,
Núi sông nào chẳng ngát anh linh!
Phải đâu một Hương sơn miền Bắc,
Một Hương Giang của xứ Thần kinh!
Mà đâu cũng Chùa Hương
        dấu thơm vằng vặc;
Ôi Việt Nam Quốc Tự
        mười phương chứng minh!
Nén hương lòng nguyện chúng sinh
Tìm cho thấy Phật nơi mình, từ Tâm?

Chuông Chùa dội mãi dư âm
Đỉnh gươm dao bến mê lầm sạch không!

Hoa Vô Ưu nở
Tươi cành Lạc Hồng;
Bánh xe nhật nguyệt thanh bình mở,
Phơi phới đường lên tự hướng Đông.

Saigon tháng 06-1965

Dư Âm Hạt Cát

Theo ngọn triều lên ngủ bến vàng,
Kiếp hành vân gửi bóng lang thang.
Qua đêm, nước xuống, mây về biển,
Cát rã rời muôn vết dọc ngang.

Chừ... khắp bình sa, mỗi khối hờn
Nứt ra thành tiếng gọi cô đơn.
Tay ai vĩ tuyến vừa căng thẳng
Cho bản đàn thu bão nổi cơn?

Saigon tháng 08-1965

Lời Nguyện Đêm Thu

Nước non vô tội bỗng lăng trì
Xương máu càng đau hận biệt ly.
Nước bặt tăm rồi non chết ngất
Xương nằm trơ lại máu ra đi.
Nước tuôn trào máu còn mang nghiệp
Non rũ dần xương hẳn lỡ thì!
Hàn gắn nước non xương máu ấy,
Trăng tròn, xin dội ánh từ bi!

Saigon tháng 09-1965

Bút Nở Hoa Đàm

Ai sẽ là người trong tương lai
Một sớm một chiều
Vươn tay hái cành hoa Thương Yêu
Làm bút viết,
Nối vào trang sử loài người
Vẫn chép
Từ lâu
Bằng gươm, bằng súng đạn
Của Mông cổ Thành cát tư Đại Hãn
Của Nã phá luân Hoàng đế Âu châu?

Bút sa nở trắng bồ câu
Xé đường bay, vỏ đêm sầu rách bung.

Dư ảnh chiến thuyền chưa nhạt
Hồi âm ngựa trận còn rung,
Từng đã lên màu sát phạt
Hồn Chữ linh lung,
Từng đã say men gió cát
Hơi văn chập chùng;
Muôn nét Sử, một nghe triều nhựa mát
Thấm quanh mình, cất cánh sẽ bay tung.

Ôi, mùa đăng trình,
Có hoa làm bút
Nhựa tuôn giòng mực trắng tinh và trang giấy
            mang mang nằm đợi phút
Quay về bản thể nguyên trinh!
Đâu đó Trường sa Quảng đảo
Vật vờ tro bụi chúng sinh?
Ngang dọc xương phơi...
            chừ... Nam Việt Bắc Bình!
Cao thấp máu trôi...
            kìa... Đông Tây Bá Linh!
Ác mộng ấy phải không còn dấu vết!

Ai sẽ là người, cánh tay hào kiệt,
Trong tương lai, một sớm một chiều,
Đủ sức hái cành hoa làm bút viết
Những vần Thương Yêu?

                                      Saigon tháng 11-1965

Nhị Thập Bát Tú

Quả Chuông Vĩ Đại

Dao chém lìa tay nhịp mõ rời
Còn nghe niệm Phật tiếng lên khơi
Búa phang đứt cổ, đầu văng xuống,
Đất bỗng thành chuông rung khắp nơi.

28-08-1964

Máy Đo Tự Động

Bánh sắt trong dây sắt chuyển đều;
Làn dây nghiến xuống mặt đường kêu.
Xe đi, nhả vết dài vô tận,
Xương máu dài ra cũng bấy nhiêu.

Tháng 10-1964

Hiểu Làm Sao Nổi

Người giết người xong chạy tức thì,
Mồi ngon chẳng gặm chẳng mang đi.
Rừng sâu cọp đói, nhìn kinh ngạc,
Đảo mắt gầm lên, không hiểu chi!

                                      Tháng 09-1964

Bóng Đó Hình Đâu

Quảng đảo bom thiêu ngọc đá tàn
Bóng ai cầm súng vẫn chưa tan
Thiếu Lâm chùa cổ, nghe trên vách
Bóng Đạt Ma ngồi bật tiếng than.

                                      Tháng 09-1964

Sứ Mạng Lịch Sử

Trời thủng, ngàn xưa đã có ngay
Nữ Oa đội đá vá liền tay.
Sao tình nhân loại chưa ai vá?
Chẳng lẽ Nàng Thơ cũng ngủ say!

Tháng 10-1964

Hỏa Lệnh Cuối Thu

Cửu trùng gươm báu uổng trao tay,
Trùng cửu thơ trao lửa hẹn ngày.
Một gió mười phương, mây ruổi gấp;
Khói trong lò nữa, gấp theo mây!

Tháng 10-1964

Hoa Trang Hương Sách

Nước Việt từ sau buổi xuống đường,
Hoa Trang dòng dõi ngát thư hương.
Trên bờ năm tháng soi thân phận,
Liễu hết thời khoe họ Đế vương!

Tháng 10-1964

Ngả Nào Sinh Lộ

Tuổi xanh máu đỏ ngập sông dài
Hỏi mỹ nhân còn đẹp với ai!
Mấy kiếp tiên sinh hằn mặt đá:
Con đường sống, vẫn cửa Như Lai!

Tháng 10-1964

Ác Mộng Đường Xa

Sớm trưa vượt thác với băng đèo,
Muôn dặm hình đâu bóng đó theo.
Hình bóng tách rời ư? Cũng lúc
Đêm rừng mở sẵn miệng hùm beo!

                              Tháng 10-1964

Con Đường Tranh Đấu

Lửa âm ỉ cháy, sức thêm bền,
Đốt ngắn vòng hương nhích mãi lên.
Từng phút hương thiêu, vòng hẹp mãi;
Về ngôi, điểm lửa vút như tên.

                              Tháng 11-1964

Tang Tóc Miền Trung

Mồ chôn tự động thắt vòng dây
Huyệt sóng đào lên giục gửi thây.
Hàng vạn sinh linh vùi nước bạc,
Non Hoành mặc niệm trắng khăn mây.

Tháng 11-1964

Thảm Cảnh Bão Lụt

Tiếng khóc hài nhi nước cuốn trôi,
U ơ còn tưởng vẫn nằm nôi.
Biết bao giờ mới khô nguồn lệ?
Bồ Tát thiêu thân bảy vị rồi!

Tháng 11-1964

Trâu Nước Bão Trời

Con ôm cổ mẹ biết về đâu?
Đâu cỏ thơm hương ruộng tốt màu?
Mẹ chẳng rời con trong nạn nước,
Tha hồ sóng rẽ luống cày sâu!

Tháng 11-1964

Hai Ngày Tuyệt Thực

Giờ thụ trai không điểm nữa rồi,
Can trường duy có nước mà thôi,
Lửa mười phương sẵn nung tâm trí,
Khoảnh khắc làm cho nước cũng sôi.

14-12-1964

Tin Tưởng Muôn Đời

Chặt vụn cây kim mấy mặc dầu,
Chỉ Nam chỉ Bắc vẫn hai đầu
Cùng nương tựa để tìm phương hướng,
Từ tính nào ai hủy được đâu!

Tháng 12-1964

thơ Vũ Hoàng Chương trang 42					Hàng Thị tái bản

Bút Nở Hoa Đàm

> Bút sa
> nở trắng
> bồ câu
> xé đường bay
> vỡ đêm sâu
> rách bung

thủ bút Thích Nhất Hạnh

thơ Vũ Hoàng Chương trang 2   Hàng Thị tái bản

Phần Thứ Nhất

nguyện cầu
- chép lại từ **Cảm Thông** *(1960)*, đối chiếu với **Rừng Phong**

ta còn để lại gì không
kìa non đá lở, này sông cát bồi
lang thang từ độ luân hồi
u minh nẻo trước xa xôi dặm về
trông ra bến hoặc bờ mê
nghìn thu nửa chớp bốn bề một phương
ta van cát bụi trên đường
dù nhơ dù sạch đừng vương gót này
để ta tròn một kiếp say
cao xanh liều một cánh tay níu trời
thơ ta chẳng viết cho đời
không vang nhịp khóc dây cười nào đâu[1]
tâm hương đốt nén linh sầu
nhớ quê dằng dặc ta cầu đó thôi
đêm nào ta trở về ngôi
hồn Thơ sẽ hết luân hồi thế gian
một phen đã nín cung đàn
nghĩ chi còn mất hơi tàn thanh âm.

[1] Trong thi phẩm **Rừng Phong** (1954), hai câu này nguyên thủy là
Nói chi thua được với đời
Quản chi những tiếng ma cười đêm sâu

thoát hình

*- chép lại từ **Rừng Phong***

rào rạt trong cây nhựa trắng ngần
đã nghe dồn cả tới đài xuân
đã nghe rào rạt từng cơn gió
về mách tin hương với cõi trần

vườn đây rừng đấy cùng xao xuyến
này phút hồn hoa sắp hiện thân
nụ đã trên cành đau đớn cựa
giờ thiêng hấp hối đã nghe gần

muôn vạn tế bào đang hủy thể
vâng theo ý lớn nhịp xoay vần
phá cho thành đấy, sinh là diệt
đời Quả lên từ mỗi xác Nhân

kìa mảnh da ngà đang nứt rạn
cho tròn một kiếp chẳng phân vân
lòng cây mấy thuở ai người biết
từng khóc từng reo đã mấy lần

nhựa ứ càng cao niềm giục giã
đất trời mong mỏi nức hương lân
cánh hoa sắp hé phô kiều diễm
nụ thoát hình trong phút nhập thần

ôi đã then sương cài lỏng lẻo
buồng thơm rạo rực ý thanh tân
có ai tha thiết ngoài mây nước
chờ lối Đào nguyên tự mở dần

ta mở trang lòng nguyên vẹn mãi
chưa từng hoen ố vết trầm luân
đêm nay xuống một bài thơ trắng
cầu nguyện cho đời nở ái ân

bài ca dị hỏa

*- chép lại từ **Rừng Phong***

đêm hỏa táng trần tâm, cõi đời nghiêng đổ
thịt xương ôi! nằm nhé đất oan khiên
trần cấu lâng lâng ngoài cửa mộ
ta thoát hình, nương khói bay lên

bắc đẩu ngang trời bạch lạp
mây chiều nghi ngút tòa sen
khối kim ô bừng đỏ nén hương đền

tịch mịch! hỡi ơi cuồng dạ
say, ta đốt Thời Gian trong dị hỏa
tro tàn nẩy thắm quanh bên
ngai son trầm mặc, sầu Đông Á
ngủ nụ cười rêu tượng Đế thiên
bóng oanh liệt, Đồ bàn Kim tự
ai hoài dâu bể tháp cô miên
khoảnh khắc bỗng mang mang hồn gạch đá
rụng muôn đời bi phẫn máu chim quyên

bể xanh rũ áo tang điền
tinh cầu trở gót
quay về buổi mới khai thiên
phấp phới Hư Không, kìa muôn loài hỗn hợp
trái đất ban sơ, này khối lửa y nguyên

ta say, ta đốt
ta nằm, ta quên
và ta nhớ, thuở lòng ta lẫn một
với âm dương, đằm thắm ý giao duyên
là đây ngọn lửa đoàn viên
khói hương tiền sử bên đèn nao nao

ngẫu cảm

*- chép lại từ **Rừng Phong***

sao lên từng nụ ngọc lưu ly
trái đất còn xanh chẳng vội gì
hồ giỡn gót sen mây bạc đắm
sông trôi tóc liễu gió vàng si
trời mong thu tới cao vầng trán
núi hẹn xuân về đậm nét mi
cặp mắt trùng dương vừa gợn sóng
kìa hoa đương độ nguyệt đương thì

sống giữa chiêm bao vạn cuộc đời
trắng tay sầu ngất tám phương trời
thanh gươm quyết tử mài chưa bén
ngọn bút mưu sinh giá cũng hời
dâu bể hoang mang lòng phật khóc
gối chăn lạnh lẽo tiếng ma cười
bên sông từ đấy hoa mai nở
không chút cuồng si tưởng bóng người

trời vô tâm quá đất vô tình
biết gửi vào đâu cái-chính-mình
tiếng ếch đã trùm lên tiếng sóng
màu đen lại ngả xuống màu xanh
uổng cho thơ dẫu bày trăm trận
ngán nhẽ sầu khôn phá một thành
tưởng tới nguồn đào thôi lại tiếc
con thuyền đêm ấy nhẹ tênh tênh

trở gót quê say ngược Suối Điều
nét hoa mờ tỏ sóng phiêu diêu
lên tiên về tục thương Từ Thức
lấy áo làm chân học Thúy Kiều
vạn thuở đắng cay gì đỗ vũ
một cành yên ổn chứ tiêu liêu
đường xuôi cây đá bừng nhân ảnh
cầu quạ chênh vời nguyệt té xiêu

lửa khóa then mây bốn vách trời
về đâu mộng cũng chẳng đành nơi
vẫn chưa ý gửi vào thơ được
mà đã dâu toan hóa biển rồi
ngọn gió nghe chừng xoay mãi hướng
vầng trăng ai nỡ xẻ làm đôi
tin xuân lạnh lắm rồng ao cạn
há chỉ phòng thu lệ nến rơi

này lúc ngàn hoa đẹp sắc hương
ghen gì tô điểm, hỡi Thu Nương
cay men đối cảnh ngùi muôn thuở
ôm bệnh lên lầu cảm bốn phương
thuyền mộng đã trôi vào lửa khói
tơ tình lại dệt xuống văn chương
áo xanh buổi ấy màu thêm bạc
mái tóc lo đời cũng nhuốm sương

cảm truyện nàng tơ

- chép lại từ ***Hoa Đăng***

khoảng đôi bờ chữ máu xôn xao
nét mực bay hoa mở suối Đào
ai oán tình Tơ thiên tuyệt kỹ:
tang, tùng...! nước chảy khóc non cao

từ hôm mười ngón đỏ bi thương
nhịp trúc lời ca dứt vấn vương
bút ấy ngờ đâu thề ấy cởi
đêm nào... cho bến lại Tầm Dương!

cho Tầm Dương lại bến Cô Tô
quạ thét trăng tà rụng lá ngô
đàn phới chiêm bao Chùa vọng xuống
con thuyền Linh Cảm ghé vi lô

sóng đìu hiu giỡn mái chèo say
phách giặt Mê Hà quạnh tối nay
trở giấc, đèn thu bông kết lửa
trang từng trang, đã vướng *tơ* đầy.

sầu lên hợp phố

đêm dày khép kín não lòng trai,
vỏ cứng nằm trơ ngọc thở dài.
sao rụng đã tan thành nước mắt
chùa khuya lại vỡ tiếng chuông rơi.,

saigon 1960

lửa cháy băng tan

sức Máy hàng trăm triệu tấn băng;
tư duy chết cứng, bẹp thăng bằng.
thơ đâu?... Hãy thắp vào Cây sậy
ánh lửa mười phương Nhật nguyệt đăng!

saigon 1960

gió bụi đèn hoa

hoa đăng trong một kiếp hành hương,
nối tiếp nghìn thu Lửa đoạn trường.
khoảnh khắc dẫu ba chiều gió bụi,
vẫn đài thiêng nở sáng đài gương.

saigon 1961

ba chặng đường tu

nghe được từ lâu cá thở than,
hôm nay mới sõi tiếng cây ngàn.
bao giờ tôi hiểu sâu lòng đất
là thấy đường lên cõi niết bàn

saigon 1962

chuông chùa nhất trụ

quả chuông lơ lửng ngọn cây chùa
gieo hạt từ bi khắp bốn mùa.
đây: trại hàng Hoa, rừng Bách Thảo,
sớm chiều vang dội tiếng "nam mô".

saigin 1963

Phần Thứ Hai

lửa từ bi

Kính dâng lên
BỒ TÁT QUẢNG ĐỨC
*- chép lại từ **Lửa Từ Bi***

lửa! lửa cháy ngất Tòa Sen!
tám chín phương nhục thể trần tâm
        hiện thành Thơ, quỳ cả xuống.
hai Vầng Sáng rưng rưng
Đông Tây nhòa lệ ngọc
chắp tay đón một Mặt Trời Mới Mọc,
Ánh Đạo Vàng phơi phới
        đang bừng lên, dâng lên...

ôi, đích thực hôm nay Trời có Mặt!
giờ là giờ Hoàng Đạo nguy nga.
muôn vạn khối sân si vừa mở mắt
nhìn nhau: tình huynh đệ bao la.
nam mô ĐỨC PHẬT DI ĐÀ
sông Hằng kia bởi đâu mà cát bay?

thương chúng sinh trầm luân bể khổ
NGƯỜI rẽ phăng đêm tối đất dày
bước ra, ngồi nhập định, hướng về Tây
gọi hết LỬA vào xương da bỏ ngỏ
PHẬT PHÁP chẳng rời tay...
sáu ngả luân hồi đâu đó
mang mang cùng nín thở
tiếng nấc lên ngừng nhịp Bánh Xe Quay.

Không khí vặn mình theo
　　　　khóc oà lên nổi gió
NGƯỜI siêu thăng...
　　　　giông bão lắng từ đây,
bóng NGƯỜI vượt chín tầng mây
nhân gian mát rợi bóng cây Bồ Đề.

ngọc hay đá, tượng chẳng cần ai tạc!
lụa hay tre, nào khiến bút ai ghi!
chỗ NGƯỜI ngồi: một thiên thu tuyệt tác
trong vô hình sáng chói nét TỪ BI.

rồi đây, rồi mai sau, còn chi?
ngọc đá cũng thành tro
　　　　lụa tre dần mục nát
với Thời Gian lê vết máu qua đi.
còn mãi chứ! Còn TRÁI TIM BỒ TÁT
gội hào quang xuống tận ngục A Tỳ.

ôi ngọn LỬA huyền vi!
thế giới ba nghìn phút giây ngơ ngác
từ cõi Vô Minh
hướng về Cực Lạc.
vần điệu của thi nhân chỉ còn là rơm rác
và chỉ nguyện được là rơm rác

thơ cháy lên theo với lời Kinh;
tụng cho nhân loại hòa bình
trước sau bền vững tình huynh đệ này.

thổn thức nghe lòng Trái Đất
mong thành Quả Phúc về Cây.
nam mô THÍCH CA MẦU NI PHẬT[1]
đồng loại chúng con
        nắm tay nhau tràn nước mắt
tình thương hiện Tháp Chín Tầng xây.

Khởi viết từ ngày 11-06-1963
xong ngày 15-07-1963 tại SAIGON

---

[1] Trong thi phẩm **Chúng Ta Mất Hết Chỉ Còn Nhau**, câu này có thêm hai chữ *Bổn Sư,* và chữ *Mầu* in là chữ *Mâu*
   Nam mô Bổn Sư Thích Ca Mâu Ni Phật

người với người

thông điệp của MỘT gửi cho TẤT CẢ
*- chép lại từ **Lửa Từ Bi***

chúng ta đều là NGƯỜI
đều thế đứng cao sang
         đều sắc máu đỏ tươi
đều hãnh diện trên muôn loài ngự trị,
nhưng buồn thay... một phút nào kia
         nếu không gian chẳng còn dưỡng khí,
cũng đều ngã ra chấm hết cuộc đời.
sao các bạn, các anh, các chị
ở nơi đây và tất cả những nơi đâu[1]
lại quên được - sao mà quên được nhỉ? -
rằng "thịt da ai cũng là NGƯỜI"?

nhân loại đã từng rên xiết
đói rũ xương và khát cháy thiêu môi,
quằn quại với nhu cầu khẩn thiết
qua bao thế kỷ nay rồi.
tật bệnh, tai ương, điêu tàn, hủy diệt,
biển mặn ư? - Máu, lệ, mồ hôi!

chính các chị, các anh, các bạn
cũng có lửa khắc sâu lên trán
từ sơ sinh hai chữ CON NGƯỜI

cũng mang nặng bùn nhơ kết khối phàm thai,
cũng giương mắt bao phen
giữa dòng sao thác loạn
cũng lê chân qua mờ mịt đêm dài,
cũng da thịt biết đau từng vết rạn
ở mỗi tế bào phân tán
khi nắng đốt trên đầu gió quất trên vai.
nhìn nhau, đây đấy một loài;
xót xa nhau chút hình hài với nao!

nhớ xưa Nhạc, Huệ
cùng tranh ngôi cao
một lời thống thiết
muôn đời gởi trao:
"nồi da nấu thịt
lòng em nỡ nào?"

một con ngựa đau cả tàu nhịn cỏ,
loài vật kia chẳng cũng dạy NGƯỜI sao?
búa nện xương kêu, gậy đập máu gào
đáng lẽ phải vang rền tim óc bạn,
và chát chúa hồi thanh trong huyết quản
dựng gươm dao cắt chính thịt da mình.

lẽ đâu các bạn làm thinh
nhìn CON NGƯỜI hiện nguyên hình ĐAU THƯƠNG.

các chị các anh còn biết khóc
mỗi xa người thân, chia uyên ương,
còn biết những canh dài trằn trọc
nhớ quê nhà chìm trong khói sương,
còn trang sử ông cha mở đọc
biết rưng rưng sôi chí quật cường,
hẳn còn tim còn óc
           còn nhân luân còn linh tính
còn thiên lương;
sao có thể đeo vết nhơ làm ngọc
xức mùi tanh làm hương?
kìa máu, máu!
vết nhơ ấy lột da đi không tróc
mùi tanh ấy quyện vào hơi vào tóc
như mọc lên như sờ thấy trong gương;
bóng mình chăng? Hay đó Quỷ Vô Thường?

không, ngàn lần không;
           chúng ta không phải Quỷ!
mà hết thảy các anh các chị
với tôi cùng một loài NGƯỜI,
tuổi ý thức đã hàng trăm thế kỷ
dù, nói cho khiêm nhượng, mới HAI MƯƠI
đau khổ đã cắt ngang vào não tủy

nghĩa TỪ BI xây dựng cứu đời;
thì tin rằng mai đây và khắp nơi
bóng HOẠT PHẬT lung linh đài TỬ SĨ;
muôn ngọn hải đăng
tỉnh hồn cơ khí,
bằng ánh sáng "vô chung vô thỉ" [2]
soi đường Khoa học giữa mù khơi.
những mầm mống TƯƠNG TÀN, KỲ THỊ
như lá mùa thu phải rụng rơi.
nhân loại hiển chân thân
            cũng tìm ra chân lý:
đức HIẾU SINH vằng vặc ngôi Trời...

vững lòng tin ở XA VỜI,
bàn tay chẳng nhuộm máu NGƯỜI, giơ lên!

13-08-1963

[1] Trong thi phẩm **Lửa Từ Bi**, câu này in là
    Ở nơi đây và tất cả những đâu nơi
[2] Trong bản gốc, có lẽ đã in *"vô chung vô thỉ"* và được sửa lại, in bằng chữ viết tay *"vô chung vô thủy"*

gẫy một cành mai

thay lời phát nguyện của nữ sinh Phật tử MAI TUYẾT AN
người đã tự hủy một bàn tay để tranh đấu
nêu cao Chánh Pháp
- chép lại từ *Lửa Từ Bi*

lòng son búa sắt
tay chặt bàn tay
dâng lên cúng Phật.

máu hòa mưa bay...
chén cơm thường nhật
oan khổ đã đầy.

giờ đây, Mai đây
một còn một mất
trời đất cùng hay.

búa năm nhát, nát bàn tay,
xé tung xương thịt cho bay lời nguyền.

bàn tay NGUYỆN VỌNG
chặt đi còn nguyên
chẳng BẠO mà ĐỘNG
một ngăn mười truyền.

tay PHẬT năm ngón
giam cả Tề Thiên
núi lật năm ngọn
không tha cường quyền

đó đây mài sẵn Long tuyền
búa năm nhát, phát lời nguyền cho Mai!

lời nguyền son sắt
lạy PHẬT NHƯ LAI
một điểm linh đài
cứu cho đừng tắt.

để những ai ai
có mắt mở mắt
còn tai lắng tai

nhìn thấu xương Mai
tấm lòng Trời Đất
nghe vang búa chặt
nỗi đau cùng loài...

biển Đông, ải Bắc, non Đoài,
vọng về Nam, thét cho dài hồi thanh!

bàn tay nguyện nối Trường thành
nửa chừng xuân, gẫy một cành sá chi.

lòng Mai hướng cửa TỪ BI
khác đâu lòng ấy hoa quỳ hướng dương.

chín phương mười phương
giữa cuộc nhiễu nhương
đã về hợp nhất...

gió tung cờ phất
thề lật bạo cường
khẩu hiệu lên đường:
không lùi chẳng khuất!

dưới lằn roi quất
vung gậy KIM CƯƠNG
đối diện Ma vương
một còn một mất.

oan cừu chứa chất
mờ mịt Âm Dương
nghẹn máu quần xương
tím gan ứ mật;

lửa bùng cao ngất
từ rẫy từ nương
từng chợ từng trường
khắp trời khắp đất,

cháy lên rần rật
thành nén tâm hương.

xin rủ lòng thương
muôn loài muôn vật,
giải thoát tai ương:
A DI ĐÀ PHẬT!

20-08-63

dư ba

*- chép lại từ **Lửa Từ Bi***

sống giữa chiêm bao vạn mối tình
trắng tay mình lại vẫn riêng mình
lưỡi gươm mài nguyệt còn vô dụng
ngòi bút xuyên mây cũng bất bình
dâu bể nghe đau lòng trái Đất
gối chăn đợi ngát tiếng hoa Quỳnh
nhắn ra muôn dặm về muôn thuở:
vì cái TÂM nên lụy cái HÌNH.

14-06-63

hoa nào ấm mộng

từ hoa vương giả đến hoa hèn
bướm cũng vừa say đã nhạt men
giận khắp loài thơm lòng chẳng ấm
còn chăng đâu đó LỬA ĐÀI SEN

14-06-1963

tiếng khóc giờ đây

Phật có bàn tay dẹp bất bình
cả ngàn con mắt chiếu vô minh.
chỉ đôi tai Phật, sao nghe xiết
tiếng khóc giờ đây của chúng sinh!

20-09-1963

trời cao phật hiện

trời lưu ly hiện Phật Kim Cương
mây bạc thân vàng nét tỏ gương
quạ lửa càng sôi cơn thịnh nộ
càng in bóng ngọc xuống mười phương

10-10-1963

thơ Vũ Hoàng Chương trang 28 Hàng Thị tái bản

Phần Thứ Ba

bánh xe diệu pháp

- chép lại từ *Ánh Trăng Đạo Lý*

đàn chim kêu thương
cánh nặng trĩu một trời oan khuất.
ngóng về Nam,
về Bắc,
cả hai phương sừng sững dựng mây thành.
sân chùa cây bật gốc
triền miên tử khí vây quanh.
giờ cúng trái hãi hùng mưa gió
từng tiếng kêu bé nhỏ
            rào kẽm gai xé nát hồi thanh.

cá dưới khe vọng về Đông, khắc khoải,
sao lắng nghe vào màu xanh
của sông phiêu lưu
            của biển tung hoành
chỉ thấy nước như nước hồ nước ao
            nằm trong tù độc thoại?
muôn trùng cửa khóa
            hơi bốc lên mùi máu còn tanh...
biển có chừng bao nhiêu góc?
sông chia làm mấy mươi ngành?

bọc trong gai, nghẹn lời kinh
giạt về đâu, phút lâm hình nửa khuya?

nhưng đá núi kia
và lá rừng đây
căm thù gan héo nát
mồ hôi nước mắt tháng năm đầy;
thoắt đã cùng chim cá
vùng lên tất cả
niệm mười phương Phật hướng về Tây.

là có hôm nay
những người tu hành
cản tay bạo ngược liều bom đạn
nổi lửa Từ Bi giãi sắt đanh.
tháp chín tầng cao đường dài sáu tháng
năm màu Cờ phất tương lai xanh.
Phật hiển hiện; muôn loài vững bước
ào lên xiềng xích tan tành.
trời quay mặt lại,
sông núi hò reo cười sảng khoái,
kìa xem: Ác quỷ đã rơi nanh!

ôi niềm ngây ngất
khói dâng mây lành!
trang sử Việt
            cũng là trang sử Phật
trải bao độ hưng suy
            dẫu nguy mà chẳng mất
lại giờ đây sáng ngời uy danh
hàng chữ số 2 5 0 7 (Hai, Năm, Không, Bảy)
khắc bằng lửa vào lòng đây lòng đấy
nơi Trái tim Bồ Tát truyền sang tinh anh...
cỏ cây nhập hội
chim cá đồng thanh
vần thơ sóng nổi
dư âm nhiệt thành
rằng: Xe Diệu Pháp ba ngàn cõi
một cõi này thơm vết đấu tranh.

11-1963

trường ca phật đản [1]

- đối chiếu với *Ánh Trăng Đạo Lý*

một góc ngàn thế kỷ đã trôi qua[2]
từ phút TÌNH THƯƠNG nhập thể, chói lòa
trên giòng thời gian hợp tan bao nhiêu đời tinh đẩu
tới nay: thế kỷ HAI MƯƠI SÁU
vừa Tám tuổi phương phi
lũ chúng con ngửa mặt chắp tay quỳ
hướng nẻo Sông Hằng nước PHẬT
cất tiếng niệm ngân vang chín tầng trời đất:
Nam Mô BỔN SƯ THÍCH CA MÂU NI!

khắp ba ngàn ngàn cõi
lắng tai về một cõi niệm TỪ BI
nơi Mùa xuân Thể Phách đã ra đi
chín chục thiều quang tàn Cảnh Khói[3]
nhường chỗ để Tinh Anh bừng chói lọi:
MÙA XUÂN THÁNG TƯ
trăng tròn một khối
đượm ánh Chân Như
đất Việt trời Nam mở hội
niềm mong chờ thỏa mấy chừ
năm sắc cờ bay reo ngọc bội,
Thiền Đô chuyển kiếp ĐẾ ĐÔ xưa...

cây núi Ngự kết ngôi vàng PHẬT ngự
nước sông Hương mùi ĐẠO ngát hương đưa
một lời chuông gọi
muôn ngàn tiếng thưa
nắng Trường sơn đồng vọng
hồi thanh Bến hải mưa
từ khắp chốn, vượt dầu sôi lửa bỏng
về nơi đây... mừng tủi mấy cho vừa!
cầu Bạch hổ nhịp vang gió sóng
chợ Đông ba đẫm vị muối dưa.
vút cánh dơi bay, này quá khứ gửi âm thừa!

hơi đất mồ hoang về, lời lời ẩm ướt;
lằn roi ngục lạnh về, tiếng tiếng u ơ.
và một giọng cười điên lảo đảo
xoay ngược Địa cầu trở lui vòng quỹ đạo
dốc thời gian đổ ngược hướng huyền cơ...
chúng con chợt tơi bời tâm não
nghe trong da thịt sững sờ.
máu khóc xương kêu
               trời ơi kìa: bàn tay ai bão táp?
cho loài kim nghiến răng
               bánh xe chà đạp,
tám chồi măng rụng xuống đêm ngàn thu bơ vơ...
ôi, Bây Giờ tưởng Bấy Giờ!
vui thành công lại Hồn Thơ nghẹn ngào.

Dĩ vãng chúng con: chuỗi hình nhân què quặt!
mà Tương lai, mà Hiện tại...
                    e còn nguyên nước lửa gươm đao.
bên tai như thét như gào
những giây phút, những tháng năm tàn tật
lũ mê muội hiểu gì đâu lẽ còn lẽ mất
rồi đây nhân loại ra sao?
lạy đấng Thế Tôn, xin trỏ đường vào
thế giới của Tình Thương Đích Thật!
cảnh giả thân hờ lây lất
xa với bến Giác chừng bao?

thoắt đâu vầng nhật
bè mây nâng cao;
tiếng nổ chớp giật
mười phương Hải Trào,
nghe dội xuống tận lòng sâu Trái Đất,
tung ra hòa tấu khúc thần giao.
và ức triệu rễ Bồ Đề
            tự muôn cành phơ phất
rủ xuống trần tâm
            đang mừng tủi nao nao;
lòng chúng con: sa mạc khát mưa rào!
kể đã ba mươi ngàn bảy trăm tuần
trăng đầy Giác Hải nguyệt tròn Pháp Luân,
nay ánh sáng lại đêm rằm ngọt mật.

cõi Ta Bà thấy chăng ngày đản Phật,
tám nguồn công đức thủy
            dâng về thanh khiết băng trinh
tám chồi măng: tám hành tinh
nổi trên bọt sóng, hồi sinh huy hoàng!

đâu còn vết máu
chỉ thấy hào quang
lòng tin mấy thuở đi hoang
đã đến lúc về ngôi: Chín Tầng Tháp Báu!
thiền nguyên, thế kỷ HAI MƯƠI SÁU
vừa tám tuổi hôm nay,
giữa khoảng trời Nam đất Việt này
lời tụng niệm vượt âm giai cao nhất
Nam Mô BỔN SƯ THÍCH CA MÂU NI PHẬT!
đón dư âm, ngừng núi lở sông bồi...
càn khôn treo nhịp Luân Hồi
chầu quanh một bóng PHẬT ngồi TỪ BI.

viết trong một cuộc mộng du ra Huế (2508)

[1] Toàn bài chép và hiệu đính lại từ
    https://phatgiao.org.vn/
[2] Tôn nghi. Trong thi phẩm **Ánh Trăng Đạo Lý** câu này là
    Đã chín trăm ngàn kiếp phù du trôi qua
[3] Cảnh Khói: Lý Bạch có câu
    dương xuân triệu ngã dĩ yên cảnh   况陽春召我以煙景
    mà Vũ Hoàng Chương đã gọi là "dương xuân cảnh khói" trong bài *Ra Đi*,
    thi phẩm **Rừng Phong**

điệp khúc
chép lại từ *Văn* số 154 ngày 15-05-1970

một tiếng hô lên
rừng người quỳ xuống
chầu quanh Bảo tọa Kim liên.
cành cỗi mầm non đều hớn hở.
lá vàng xanh nín thở từng cây giây phút nhập thiền.
sông trầm tư, bến sầu miên,
vụt trở giấc hồi sinh trong Quốc giáo.
đài chót vót nở hoa Tái tạo
uy nghi khoáng hậu vô tiền.

sỏi đá cũng êm gối quỳ niệm Phật
tám mươi vạn tín đồ chắp tay nhìn xuống đất[1]
xuyên qua bảy triệu thước bề sâu
chỉ trong nháy mắt
đã cùng gặp nhau
tận khối lửa trung tâm Địa cầu.
tiềm thức cháy lên vọng về cảm giác
mỗi tế bào rung thành "nốt nhạc"
thể hiện lời kinh ngợp ánh đạo mầu.
những tia mắt phóng đi
        vượt cả mấy muôn tầng nhiệt độ,
cũng hồi chiếu dư quang về cửa sổ
ôi, từ đây nhục nhỡn có minh châu!

lại một tiếng hô
rừng người thẳng tắp
trông ra... kìa: muôn trái nhựa bay lên
cùng đàn chim vừa được phóng sinh
        nhịp nhàng bay lên
cùng khói hương ngạt ngào bay lên.
cờ Phật mở tung ra từ những chùm bong bóng
trời Thủ đô năm sắc rợp phi thuyền.
gió mười phương máu toàn thân nổi sóng
biển người dâng lên...
ôi, những thuyền bay hay thuyền Bát nhã
cao vời, cao mãi, vượt ra ngoài vũ trụ vô biên
chở theo lẽ Từ bi Hỷ xả
từ đỉnh Tuyết dải Trường sơn Hy mã
Trước đây hai ngàn năm trăm lẻ bảy năm
tháng Tư ngày Rằm
đã hiển hiện kim thân Phật Tổ!
chân lý bay về đâu,
        sức sống niềm vui bay tới đó.
ngoài càn khôn còn ức triệu càn khôn,
sỏi đá nhìn theo mát rợi linh hồn...

bỗng đâu từ thinh không
mưa xuống những Bánh xe vàng bạc
ruổi bình minh rẽ nếp mây hồng;
in dấu lửa Pháp luân vừa khởi sắc

nhô lên ngời chói phương Đông.
tiếng niệm Phật, bánh xe quay vang dội
lơ lửng triền cao dẫn nẻo lá khô về cội
lăn qua rừng thẳm đưa đường mạch suối ra sông.
lũ chúng con ngẩng đầu trông:
Dĩ vãng Tương lai một bóng gương lồng.
kìa dĩ vãng: triều Đinh triều Lý
biển lúa chín âu ca, đời xanh bình trị
tổ tiên đều có Phật trong lòng.
kìa tương lai: dặm dài xa vút mắt
nhưng vẫn tiếng chuông chùa dìu dặt
mở trăm ngàn lối cảm thông
giải thoát mê tân, Nhân loại hòa đồng.
nòi giống Việt hôm nay vào hội
niềm tin ấy chẳng sức gì lay nổi!
lá mơ về cội
suối tìm ra sông...

hương khói mênh mông
rừng người chuyển gót
đoàn diễn hành tám trăm ngàn như một
bước lên tề chỉnh uy nghi
từng bước từng bước
lệ ứa tràn mi
lòng thêm gần Phật
đường xa kể gì!

ôi, con đường tiến tới Lửa Từ Bi[2]
nơi hào quang sáng rực!
nơi trước đây vị thần tăng Quảng Đức
tự đốt mình lên tự hủy mình đi
cho cõi nhân sinh mát bóng Phật kỳ!

hãy đặt gối xuống Ngã tư Lịch sử
một địa điểm chói lòa vinh dự
trên bản đồ thế giới từ nay
- Việt Nam đâu? - Nước có Ngã tư này.
Ngã tư này! Ngã tư này!
lửa dâng lòng nước, hương bay về nguồn...

saigon 05-1964

[1] Số người hiện diện trên bến Bạch đằng hôm đó (ngày Phật đản năm Giáp Thìn - 1964) [ghi chú của tác giả]

[2] Đoàn diễn hành từ bến Bạch đằng tiến về ngã tư Lê Văn Duyệt - Phan Đình Phùng [ghi chú của tác giả]

tiếng thơ mùa loạn
*- chép lại từ **Ánh Trăng Đạo Lý***

lẽ Từ Bi truyền ra cho Bạo Lực
quỳ xuống nơi đây!
dưới gót ngươi máu lệ tràn đầy.
và xương tủy chúng sanh
        khúc đã khô queo
            khúc còn dính thịt.
xương máu ấy từ lâu rên siết;
mẹ Việt Nam
        trời! đau đớn dường bao!
ngươi lại hôm nay quỷ sứ nhập vào
tay chém giết lộ nguyên hình rắn rết
toan xông lên chà đạp nữa hay sao?

hãy quỳ xuống buông cánh tay phun nọc
rũ bàn tay ngón trót mọc gươm dao!
mũi nhọn ấy xỉa mười phương tim óc
của quê hương... lòng Mẹ xót như bào!
con rắn ấy với hai đầu đòn sóc
mổ dọc ngang; thân Mẹ vốn gầy hao!

đã đến lúc ngươi cầu xin tội lỗi;
đây Việt Nam Quốc Tự nhịp gieo vàng.
đã đến lúc ngươi quay đầu sám hối;
chuông Giáo đường kia chẳng cũng khua vang?

dân lành giữa phút tâm tang
lòng đau nhóm lửa sẵn sàng.
hai mươi tám ngôi sao lệ rỏ
ngấn bạch lạp trên quan tài hiện rõ;
tình yêu tổ quốc chân thành
một với tình thương mười loại chúng sanh.
mưa trút xuống cày sâu trang sử ngỏ
giòng nước mắt dài theo đường Tí Ngọ:
tình yêu nhân loại bao la
một với tình thương muôn dặm sơn hà.

lẽ Từ Bi truyền cho ngươi, Bạo Lực!
xóa đi mau hình quỷ bóng ma,
từ trong ẩn ức,
trong mặc cảm, và ngay trong tiềm thức;
để về đây huynh đệ một nhà;
với bản lai diện mục,
với hồn thiêng núi sông này chung đúc
bốn ngàn năm vào một sát na!

cảm thông, Đất Mẹ chưa già
Cành Nam may có nở hoa thanh bình.

saigon 08-1964

hoa trang thành tượng
*- chép lại từ **Ánh Trăng Đạo Lý***

các ngả trôi về muôn tiếng vang,
trái tim rung cho đất rung theo nhịp chèo liên giang,
chuông bay lên cùng nắng gieo vàng.
giữa tiết Trùng dương ngày Tái tạo
nghe mạch nước hồi tâm
         bát ngát những thanh âm kỳ ảo;
đây! nơi đây thành tượng
         mùa thiêng Hoa Trang!

ôi, mùa hoa Quách thị Trang,
hoa Học trò bất diệt!
còn nở mãi trên muôn giòng nhiệt huyết
của tuổi tròn trăng, của tuổi bình minh,
của thế hệ Đôi mươi lớp lớp có nghiêng mình
trước màu vàng tươi ánh Đạo.
         màu trắng ngát hương Trinh!
nhớ một sớm, đau niềm đau dân tộc,
Trang bước lên, miệng hoa cười gió lốc.
cánh hoa gầy loang đỏ máu thư sinh.

chỉ một cánh hoa gieo khối bất bình
mà phút chốc, cả hồn thiêng Cách Mạng
đã giấy mực cựa men say
         bướm bay giòng phấn bảng;

nét chữ bừng soi sáng
hào khí muôn đời một hiển linh!
trang, từng trang sách vở,
thấp thoáng in hình;
Nam, Ngãi, Sài đô, Thuận hóa,
bàn tay giao cảm đinh ninh,
nguyền kéo theo gươm, súng, bút đăng trình.

Lửa Từ Bi thắp lên rồi Chính Nghĩa
Hoa Học Trò xuống tiếp lệnh Hy Sinh,
Bạo Lực ấy phải cùng thiên tuyệt địa
chờ tan thây trong tiếng nổ lôi đình.

ngày Một tháng Mười Một
trước đây vừa một năm
giữa khoảng hai hồi triêu mộ,
hồn Trang đã nhập vào tiếng nổ
cùng núi sông trời bể thét hờn căm.
dưới mưa đạn một hình rơm sụp đổ,
và trong tiềm thức chúng tôi
thần tượng Hoa Trang
        thể hiện ngay rồi.

nay, sóng lớp phế hưng tiếng gào cấp thiết,
giương mắt ngó Đông Tây
        ngàn sợi dây oan nghiệt,
ánh thép xưa hoài cảm phút mài trăng;
viễn ảnh còn nguyên sóng dậy đất bằng.
nơi tám ngả công trường
        hịch vải chưa nhòa khí tiết
chúng tôi đặt:
        với tinh thần bất diệt
của cuộc đấu tranh
        mười tám tháng trước đây,
tượng Quách thị Trang
        người nữ sinh hào kiệt,
để thiên thu trường cửu đối cao dày.

trời nghiêng đất lệch có ngày
đá kia tượng vững chí này trơ trơ.

                            saigon 01-11-1964

năm ngón tay phật

*- chép lại từ **Ánh Trăng Đạo Lý***

bàn tay Đức Phật giơ lên
hồi chuông nhịp mõ vang rền
gọi tỉnh muôn loài trong cõi bụi.

năm vị Thiền Sư lòng cao như núi
và rỗng không như mõ ấy chuông này.
gỗ rung Vàng réo Lửa
đất Nước tình chan chứa;
Ngũ Hành Sơn ngồi nhập định khuya nay
cho đến hôm nao thật có ban ngày...

mười phương hùng lực
chẳng sức nào lay;
nước Việt miền Nam
          mấy mươi vòng áp bức
rồi như bụi cuốn tro bay

năm vị Thiền Sư vẫn ngồi tuyệt thực,
muôn vạn chúng sinh cùng đau rưng rức,
lệ tuôn rơi nguyền xóa hết đêm dày.

gươm dao mặc bọn người hung dữ,
chỉ Phật trong lòng, Phật ở tay.
sáng rực con đường lên Quốc Tự,
Pháp Luân vừa hiện: mặt trời quay!

                                      chiều 22-01-1965

tâm sự một giòng lệ

*- chép lại từ **Ánh Trăng Đạo Lý***

nước mắt chảy thành sông
về Ngôi Chùa Của Nước.
kìa ai dàn thế công
sắt thép ngăn đường trước!

phải người máy hay không
mà vô tình thế được?
ôi, Hòn ngọc Viễn đông
lăn theo vàng Nữu ước!

câu "Trợ Trụ vi ngược"
vang vang buồn mênh mông...

bên đường chợt ngẩng trông,
biển ghi: Trần Quốc Toản.
sầu tủi dâng đòi đoạn,
ông là ai thế ông?

có phải trai thời loạn,
ngày xưa phá quân Mông?
những ai cùng quê quán?
những ai cùng tổ tông?

càng gẫm càng ai oán,
cười phá lên gai chông;
rách tan mọi huyết quản
giòng lệ hóa sông hồng...

chiều 22-01-1965

chính nghĩa
- chép lại từ *Ánh Trăng Đạo Lý*

TRÍ vút lên ngàn vạn trượng cao
THIỆN TÂM HỘ PHÁP chẳng hề nao
ánh vàng tuôn khắp sôi lòng súng
tay trắng ngồi kia chấp mũi dao.
năm hạng dân đều linh cảm thấy
mười phương Phật đã hiện thân vào.
những ai tráng sĩ con nhà Lạc
trong mũ còn chưa dựng tóc sao?

saigon 23-01-1965

thời cảm
- chép lại từ *Ánh Trăng Đạo Lý*

khởi ưng dạ dạ thính đề quyên
bút kiếm giai minh vũ hịch truyền.
thi khả phục long kỳ phục hổ
chung năng hồi nhật khánh hồi xuyên.
nhất chiêu giác ngạn thiên hoa tán
vạn lý xuân phong bát nhã thuyền.
nam quốc sơn hà Nam Quốc Tự
như hà ẩm thủy bất tư nguyên!

dịch nôm

cuốc kêu nghe đã máu sôi giòng
bút trở đường gươm hịch thẳng giong.
thơ đuổi rồng thiêng cờ đuổi cọp
chuông dồn quạ lửa khánh dồn sông.
hoa trời phút chốc gieo bờ Giác
thuyền Phật giờ đây lướt gió Đông.
nước của dân ta chùa của nước
nhớ nguồn đâu dám một ai không!

cuối tháng 01-1965

mùa xuân tháng tư
- chép lại từ *Ánh Trăng Đạo Lý*

thiều quang ngoài cả chín mươi
riêng trong ánh đạo vàng tươi thấm nhuần
tháng Tư mới vẹn mười xuân.
hoa Đàm nở, nguyệt Pháp Luân mới tròn
gương đầy lên giữa khuôn mòn;
Diệt là Sinh, Mất đang Còn phải chăng?
đêm rằm mở hội hoa đăng
con sông nào chả sông Hằng giờ đây!
phương nào cũng một phương Tây,
đỉnh non kia dải núi này: Tuyết Sơn!
bóng mây hơi nước sạch trơn
vết đau hình thể ý hờn âm thanh.
cát nằm Bến Hải nghe quanh:
bèo trôi hoài giấc tung hoành tỉnh chưa?
hai chiều ngược nắng xuôi mưa
bánh xe Diệu Pháp cùng đưa trở về.

saigon 05-1965

điềm thái hòa
*- chép lại từ **Ánh Trăng Đạo Lý***

bước chân Di Lặc thoáng gần xa
điềm báo rồi chăng buổi Thái hòa?
nước chảy đưa dần mây tới bến
trăng lên đẩy ngược bóng về hoa.
nhịp nhàng với trước sau không khác
chót vót trong trời đất có Ta!
hội mở tháng Tư lòng hiện Phật
sáng trưng muôn hạt cát Ngân hà

saigon 05-1965

núi kia sông nọ chùa này
- chép lại từ *Ánh Trăng Đạo Lý*

hạt cát tiền thân ngủ bến Hằng
nơi này chợt tỉnh: Hội hoa đăng!
nghe sông núi ngát từ muôn thuở;
đất Việt trời Nam, Hương quốc chăng?

sông núi thơm lừng lẫy
chùa lên ngôi thành tên;
cùng Hương giang với Hương Sơn ấy,
vạn thuở Chùa Hương dấu Phật truyền.
ba nén thắp lên
cùng nghi ngút cháy,
mười tám trăm năm từ mở kỷ nguyên.
nao nhiêu đời tổ tiên
hương lòng đã thắp,
nào ta dâng lên
cho khói chở niềm tin rộng khắp,
lời nguyện xa bay.
nguyện cho trời đất cao dày
núi kia sông nọ Chùa này sáng danh.

kìa ngọn lửa hôm nào đỏ rực
kết nên mây lành;
từ da thịt, từ trái tim
        thầy QUẢNG ĐỨC,

lửa dâng cao mùa Pháp nạn
              nghĩa hy sinh
thì nước Việt đã là Hương quốc,
núi sông nào chẳng ngát anh linh!
phải đâu một Hương sơn miền Bắc,
một Hương Giang của xứ Thần kinh!
mà đâu cũng Chùa Hương
              dấu thơm vằng vặc;
ôi Việt Nam Quốc Tự
              mười phương chứng minh!
nén hương lòng nguyện chúng sinh
tìm cho thấy Phật nơi mình, từ Tâm?

chuông Chùa dội mãi dư âm
đỉnh gươm dao bến mê lầm sạch không!

hoa Vô Ưu nở
tươi cành Lạc Hồng;
bánh xe nhật nguyệt thanh bình mở,
phơi phới đường lên tự hướng Đông.

                                      saigon 06-1965

dư âm hạt cát
- chép lại từ *Ánh Trăng Đạo Lý*

theo ngọn triều lên ngủ bến vàng,
kiếp hành vân gửi bóng lang thang.
qua đêm, nước xuống, mây về biển,
cát rã rời muôn vết dọc ngang.

chừ... khắp bình sa, mỗi khối hờn
nứt ra thành tiếng gọi cô đơn.
tay ai vĩ tuyến vừa căng thẳng
cho bản đàn thu bão nổi cơn?

saigon 08-1965

lời nguyện đêm thu
*- chép lại từ **Ánh Trăng Đạo Lý***

nước non vô tội bỗng lăng trì
xương máu càng đau hận biệt ly.
nước bặt tăm rồi non chết ngất
xương nằm trơ lại máu ra đi.
nước tuôn trào máu còn mang nghiệp
non rũ dần xương hẳn lỡ thì!
hàn gắn nước non xương máu ấy,
trăng tròn, xin dội ánh từ bi!

saigon 09-1965

bút nở hoa đàm
- chép lại từ ***Ánh Trăng Đạo Lý***

ai sẽ là người trong tương lai
một sớm một chiều
vươn tay hái cành hoa Thương Yêu
làm bút viết,
nối vào trang sử loài người
vẫn chép
từ lâu
bằng gươm, bằng súng đạn
của Mông cổ Thành cát tư Đại Hãn
của Nã phá luân Hoàng đế Âu châu?

bút sa nở trắng bồ câu
xé đường bay, vỏ đêm sầu rách bung.

dư ảnh chiến thuyền chưa nhạt
hồi âm ngựa trận còn rung,
từng đã lên màu sát phạt
hồn Chữ linh lung,
từng đã say men gió cát
hơi văn chập chùng;
muôn nét Sử, một nghe triều nhựa mát
thấm quanh mình, cất cánh sẽ bay tung.

thơ Vũ Hoàng Chương trang 56   Hàng Thị tái bản

ôi, mùa đăng trình,
có hoa làm bút
nhựa tuôn giòng mực trắng tinh và trang giấy
           mang mang nằm đợi phút
quay về bản thể nguyên trinh!
đâu đó Trường sa Quảng đảo
vật vờ tro bụi chúng sinh?
ngang dọc xương phơi...
           chừ... Nam Việt Bắc Bình!
cao thấp máu trôi...
           kìa... Đông Tây Bá Linh!
ác mộng ấy phải không còn dấu vết!

ai sẽ là người, cánh tay hào kiệt,
trong tương lai, một sớm một chiều,
đủ sức hái cành hoa làm bút viết
những vần Thương Yêu?

                                saigon 11-1965

sứ mạng lịch sử

trời thủng, ngàn xưa đã có ngay
Nữ Oa đội đá vá liền tay.
sao tình nhân loại chưa ai vá?
chẳng lẽ Nàng Thơ cũng ngủ say!

10-1964

ngả nào sinh lộ

tuổi xanh máu đỏ ngập sông dài
hỏi mỹ nhân còn đẹp với ai!
mấy kiếp tiền sinh hằn mặt đá
con đường sống, vẫn cửa Như Lai!

10-1964

tin tưởng muôn đời

chặt vụn cây kim mấy mặc dầu,
chỉ Nam chỉ Bắc vẫn hai đầu
cùng nương tựa để tìm phương hướng,
từ tính nào ai hủy được đâu!

12-1964

đô thành hoa lệ [1]

trời mất bao giờ có biết đâu!
người đi sùng bái những ngôi lầu
văn minh từng phút lên cao mãi,
nhân phẩm càng chôn mãi xuống sâu.

15-06-1966

---

[1] Mặc dù trong bản gốc, bài này được in ở cuối Phần Thứ Hai, nhưng ở đây, chúng tôi theo đúng thứ tự trong mục lục của nguyên bản, chép bài này ở cuối phần Thứ Ba

Phần Thứ Tư

nối lửa từ bi

dân tộc ta không thể nào thua!
đạo pháp ta đời đời xán lạn!
dầu trải mấy qua phân ly tán,
bị áp bức, phao vu, bội phản,
nhưng vẫn còn Núi còn Sông, còn chót vót
                mãi ngôi Chùa.

hỡi kẻ sống không tim! kìa muôn người
                chết không mồ
đang ngồi dậy – chẳng sức gì ngăn cản –
nối tiếp nhau trong một lời hô:
"trả lại chúng ta ngày PHẬT ĐẢN!
chấm dứt đi mau ngày QUỐC NẠN!"
và từng mảnh thịt xương rã rời bom đạn
vùng đứng lên gào thét vỡ sông hồ,
khắp bãi biển hoang liêu,
                khắp rừng cây rách nát:
Đà nẵng Đà lạt
Sài đô Huế đô...
vùi nông, những nắm xương khô
từng oan thác, cũng đội mồ bước lên.
mỗi Phật tử bên kia bờ thảm sát
dầu vong- hân vẫn chí sắt son bền,

đang trở về trong tình thương bát ngát
theo nhịp cầu chuông mõ nối hai bên.
hồi thanh sáu ngả vang rền!

cuộc tranh đấu vượt ra ngoài giới hạn
của TỬ SINH... Mầu nhiệm Pháp Vô biên!
Suối Hùng lực mấy muôn thu chẳng cạn,
nước cành dương tẩy xóa mọi oan khiên...

chúng ta may còn sống
lẽ nào chưa xúc động?
chưa lắng nghe tiếng gọi triền miên
đã ngân vang SÁNG TỐI cả hai miền?
ôi, từ Phật mở kỷ nguyên,
tháng Tư nguyệt chẳng đoàn viên, cớ gì?

tiếng niệm Phật chảy dài trang lịch sử,
mười phương tín đồ tăng ni
trái tim thầy QUẢNG ĐỨC
vừa rung lên phơi phới Đạo kỳ.
ức triệu người hôm nay lòng sáng rực
sau ba năm nguyện nối LỬA TỪ BI...
giòng trôi mưa nắng kể chi;
lửa dâng cao, gió huyền vi sang mùa!

lẽ thường: ngôi Chúa ngôi Vua
dựng trên súng phải tiêu vong dưới đạn
chỉ còn lại tinh thần Nhân bản
vằng vặc NÚI SÔNG chót vót NGÔI CHÙA.
nên đầu bị qua phân ly tán,
bị áp bức, phao vu, bội phản
đạo PHẬT ta vẫn đời đời xán lạn!
dân VIỆT ta vẫn không thể nào thua!

sài đô phật lịch 2510

nhắn qua biển lớn

gan ruột bên kia biển Thái bình
quặn đau theo bước mỗi tù binh.
ví đem mở rộng lòng thương ấy
đủ thắng rồi... đâu phải viễn chinh!

ôi, mở lòng thương ra bốn biển,
xương khô thịt héo cũng hồi sinh!
ngàn xưa thiên hạ xưng Vô Địch
kẻ xót người như xót chính mình.

thu hẹp xót thương vào giới tuyến
đồng bang đồng chủng với đồng minh
là thu hẹp lại vòng giao cảm;
hoài sức truyền thanh tiếp vận hình!

cùng xót cùng thương nhau một kiếp
phù du... may đổi nhục làm vinh.
địa cầu mai mốt không Nhân Loại
có ích gì chăng lũ vệ tinh?

20-07-1966

chuông chùa diệu đế

Huế đô sợi tóc buộc ngàn cân
thành nội vang rền súng ngoại nhân
sườn núi mở tung gan Phật tử
lòng sông nghẹn uất máu lương-dân
nhưng chùa Diệu Đế còn cao vút
thì bóng Ma Vương phải xóa dần
mình chẳng giết mình ai giết nổi
ngàn thu văng vẳng tiếng chuông ngân

ngàn thu văng vẳng tiếng chuông ngân
vàng gợn dư linh thuở Lý Trần
ai đó cũng thương nòi xót giống
mà sao nỡ lấy giả làm chân
sóng sông ngửa mặt từng rung cảm
vách núi nghiêng tai cũng thấm nhuần
mình chẳng cứu mình ai cứu nổi
chuông khua mười góc biển trầm luân

chuông khua mười góc biển trầm luân
định lý hai chiều của Phú Xuân
rằng tự giết mình hay tự cứu
tuy là nghiệp đấy cũng là thân
gió lên đỉnh Ngự mây về gốc
bụi lắng sông Hương nguyệt tới tuần
bia đá mai đây lòng nặng trĩu
Huế đô sợi tóc buộc ngàn cân

          phật lịch 2510 (t.l. 20-06-1966)

biển câm nổi sóng

tặng Luna thứ 9 [1]

tuổi thế kỷ SÁU MƯƠI vừa lẻ SÁU
lịch mặt trời ghi: tuyết rã băng tan.
lắng trên giòng Thời Gian:
mùa Bảo Bình nghiêng đổ
vách đêm sâu, con đường Sữa[2] đăm chiêu...
cũng là đêm đầu tiên
mùa xuân Á Châu mừng gương nguyệt tròn
theo lịch của người đời thượng cổ
lấy Mặt Trăng làm điểm tựa chon von;
như đã lấy Nông làm Thần
trỏ các ngôi sao đặt tên: Cái Sàng, Cái Đấu,
nghe tiếng nổ tinh vân
        thành nhạc lúa vang giòn.

phải rồi, đêm nay là NGUYÊN TIÊU
của Hương Cảng, Đông Kinh,
        Vọng Các, Sài Gòn.
mặc dầu trăng xế ngàn dâu
hay đứng trên đầu vằng vặc
hay đang vượt chân trời lấp ló sườn non...

lưng chừng canh khuya TRÁI HỢP KIM
ghé bến vòng sao du mục.
từ lúc ra đi hướng nổi phương chìm

đã mấy thời gian đằng đẵng;
nay mới được buông xuôi đường thẳng
ngược lẽ "Hóa sinh" tự bóc mình ra
để phút chốc mang hình một đóa hoa,
giữa khoảng chân-không xòe bốn cánh
rơi xuống NGUYỆT CẦU
chẳng khác trùng dương hạ cánh âu...

nơi ngày xưa thi bá Nguyễn Tiên Điền
với Cao Chu Thần, Lão Đỗ, Trích Tiên
vẫn gọi là "Cung Quảng"
vừa thoáng rung[3] khuôn mặt đá mềm.
khí quyển bao quanh vô cùng nhẹ loãng
sao có được âm thanh?
chỉ thấy điện ba dài ngắn tung hoành.

ôi, TRÁI kết thành HOA
        ắt nở HOA thành NỤ
và NỤ chuyển thân về HẠT nguyên trinh!
Nguyệt Cầu muôn thủa vệ tinh
của Trái Đất, chưa một lần hội kiến;
khuya nay khối hợp kim này đại diện
tới gieo mầm tương cảm đó chăng?
sứ giả kia ơi, còn rung động nào bằng?

Nhưng KHỐI HỢP KIM chẳng là Địa Sứ;
thông điệp còn lơ lửng trên cao...
những hình ảnh bấy lâu vùi sâu huyền sử
đã vươn lên từ ngôn ngữ ca dao,
từ thần thoại, gốc tâm hồn Nhân Loại,
theo sát đường bay, vút hướng muôn sao.
hoa SẮT THÉP bị sáu bề vây bủa,
một từ trường dệt mau như tơ tằm sóng lúa,
kìa bóng Cây Đa, kìa nếp Vũ Y,
này Chú Cuội, này con trâu, này bờ ao bãi cỏ,
và cối thuốc Trường Sinh,
   trắng phau Ngọc Thỏ;
mộng Thanh bình siết chặt mãi trùng vi.
hạt CHIẾN TRANH gieo?
   - Tàn lụi tức thì!

"gieo rắc không tàn lụi,
riêng có HẠT TỪ BI"
đáy Biển Câm bật thành tiếng nói
truyền qua ruột Khối Vô Tri,
gửi về dải núi Oural trùng trùng điệp điệp
gửi cả về con sông dài Mississippi...

ngàn thu bóng nguyệt
chẳng khuyết câu thề,
vẫn tròn như vai thần tượng
đầy như hy vọng gái quê.
đâu đó Tháp Chàm đang hủy diệt
hay Khải Hoàn Môn đang hôn mê?
sóng THƠ bảy sắc hồng nghê
mỗi đêm trăng tỏ rung về trần gian.

04.02.1966

[1] Luna thứ 9, hay Lunik 9, là phi thuyền không gian của Liên Xô, vật thể nhân tạo đầu tiên đáp nhẹ nhàng xuống mặt trăng ngày 03-02-1966 (15 tháng Giêng năm Bính Ngọ) tại Biển Bão (Ocean of Storms)
[2] con đường Sữa: *la Voie Lactée*, hay the *Milky Way galaxy*, tức dải Ngân Hà
[3] trong thi phẩm **Tân Thi** (1970) hai chữ *thoáng rung* đổi thành *rung lên*
    Vừa rung lên khuôn mặt đá mềm

đâu là chân sắc

muôn thủa Không Gian đã tự dành
lấy một màu XANH.
mặc dầu cũng chia đi
cả trăm ngàn sắc điệu
từ Xanh phới bích ti
đến Xanh rờn lục liễu
và Xanh lam mặt biển sườn non.
màu da Nhân Loại chỉ còn
Đỏ, Trắng, Vàng, Đen,
bốn cửa lên trời của tháp Babel
hay bốn con đường thẳng tắp
chưa đủ sức tìm ra điểm gặp
qua mớ bòng bong ngôn ngữ trần gian?
thịt xương thế kỷ Điêu tàn
vẫn gói ghém bằng muôn thắc mắc.
có thật ĐỎ cùng XANH là hai Đối Sắc?
nên giống người da Đỏ với trời Xanh
một thủa gác chân nhau tương đắc
cùng say sưa nếm chung làn khói đặc
giơ cao chiếc điếu Hòa Bình
giữa khu rừng gái trinh.
nhưng họng núi đêm nào xưa lưu huyết...

màu Hồng Ngọc còn than van bất tuyệt:
Colorado... Colorado...
tiếng bi thương vọng khắp mảnh dư đồ.

hay màu TRẮNG mới là Tổng Sắc?
như Bạch Hải, Bạch Sơn,
           tuyết in mây vằng vặc.
màu chứa bên trong đủ mọi màu
cả ngoại hồng, cực tím cũng gồm thâu.
ánh sáng Trắng hiện nguyên hình mỹ nữ
cung ngà điện ngọc rèm châu.
tam lăng kính đã làm nên huyền sử
Đại Tây Dương hai ngả một sân chầu...
ruổi sát khí quanh làn da ưu đãi
người giống Trắng mở đường lên cắm trại,
nắm trong tay chìa khóa Biển Dâu
mà chẳng riêng chi ở mặt Địa Cầu.

nhưng nếu hỏi: Sắc nào là Chính Sắc
ở trung tâm, nơi phân phối hào quang?
thì mấy ngả văn minh trầm mặc
theo khói nguyệt với hương trà gợi nhắc
sẽ rung lên chỉ một tiếng: VÀNG.

giữa khoảnh khắc
đá Trường Sơn bày thế trận
đảo Trường Kỳ tro bụi đi hoang;
Hán Sở hay Tần Tấn?
Trường Thành đo ý Trường Giang.
ôi Sắc Hỏa Hoàng!
màu da lửa sống hiên ngang
của Siêu Thoát, của Suy Tư, Nhập Định,
giao thoa những nét gươm đàn
những nét chữ bên đèn say tỉnh.

nếu lại hỏi: Sắc nào trên Tuyệt đỉnh?
hẳn sẽ dồn vang nhịp trống ngũ lôi
như vó ngựa đập liên hồi
thúc sa mạc sầu miên cởi giấc mê
            truyền kiếp.
mắt ngẫu tượng cháy bừng lên thông điệp
bao nhiêu kẻ vong thân từ phút nằm nôi
đều được ánh kim cương mặc khải rồi.
đai Xích Đạo[1] tiếc gì hoa rải rắc
vì chỉ có màu ĐEN là Tuyệt Sắc
mà thôi...
trang giấy còn khoe TRẮNG, khoe VÀNG
        khoe ĐỎ nữa sao?

khi đã giòng ĐEN rót mực vào
cũng là rót cả một niềm đau rưng rức.
nỗi Tiềm Thức, hay chìm Ý Thức?
vẫn Thiên Thu nhận diện U Buồn.

chợt vỡ tan tành mọi thứ khuôn
từ những tế bào nằm im phăng phắc
nghe thoáng gợn bước chân Di Lặc.
hai mươi lăm thế kỷ nữa rồi đây
trái tim Nhân Loại sa lầy
men kỳ thị máu pha bùn đã sặc...
bao thành kiến với bao nguyên tắc
ào xuống, chen nhau một chuyến đò.
những tiếng kêu loảng xoảng
                những dây trói dằng co
tranh nhãn hiệu là Vua hay là Giặc...

chừ mới biết đâu là Phương Bắc
khi địa bàn gẫy vụn dưới cơn giông.
chừ mới biết đâu là Chân Sắc
khi nấm độc dành cho HOÀNG với HẮC
cũng sắp mang đi cả BẠCH theo HỒNG.
trời XANH vội tới Cửa Không
trút màu da... Cõi Đại đồng mở toang.

04-1967

[1] Trong **Tân Thi** (1970), hai chữ *Xích Đạo* đổi thành *Quỹ Đạo*, nhưng bản dịch tiếng Pháp vẫn ghi là (la ceinture de) *l'Equateur*

từ đấy

giữa khoảng vô cùng bất tuyệt
bào ảnh chưa vang nhạc khúc luân hồi,
đã nơi đây một giòng trôi...

vẫn là NGƯƠI, một giòng trôi...
nhưng khác hẳn con sông bên lở bên bồi,
cũng chẳng sẵn hai bờ lưu huyết,
NGƯƠI chỉ tự đào sâu thành
         muôn đáy huyệt
để nhô cao thành ức triệu nấm mồ thôi.

đêm nào kia, chín phương trời
thâu cả lại vòng tay Hi Mã Lạp;
cho núi Tuyết hiện chân thân
         chín tầng Bảo Tháp
vươn lên trao một làn hơi
chứa sức sống bao trùm vạn hữu.
trong giây khắc, đủ Mười Phương
         thành tựu,
nét hoa Đàm nở tươi
và chân diện mục của Con Người.

sát na ấy, cũng lòng NGƯƠI ghi nhận;
dải lụa không màu hằn lên vết ấn
tròn đầy trăng đẹp tháng Tư.
chớp mắt lụa rung, ánh vàng lay ngấn,
giòng trôi thấp thoáng bè Từ...
ôi Thời Gian; NGƯƠI nhập đạo rồi ư?
bao thương tích trên mình NGƯƠI từ đấy
khép lại như không, và không hề máu chảy;
NGƯƠI đợi tròn trăng, mơ phút
            Giáng lâm...

mai đây lắng hết trần tâm
một giòng trôi giữa hương trầm tiếng chuông.

mùa phật đản 2510

đáp số

khoét thủng mãi vết thương Trời khuyết sử
tầng mây dị vực lo âu.
đất vươn thẳng một cánh tay Thần Nữ
đưa lên cao phiến đá năm màu
đã luyện cho vừa kích thước.

từ đấy về sau
đêm trần gian có gương có lược
có lưỡi liềm treo giữa không trung.
mỗi thứ lại nhân lên cho tới vô cùng
ở biển lớn sông dài hồ rộng ao sâu
ở ngà chuột bình phong vàng thếp mái lầu
ở những giòng thơ ở những giòng châu…
là mặt nước hay không là mặt nước.

riêng nơi đây cảnh hồ đêm hư ảo
ngàn cuống sen như tuyết như băng
đã mấy thuở coi thường giông bão
cắt làm sao cho đứt, hỡi liềm trăng!
tơ trong cuống chỉ vương sầu kín đáo
hay thẳng tắp một phương lòng mộ đạo,
cần chi đâu lược Cung Hằng.

nhưng cũng thượng tuần qua,
            khắp chốn khai đăng
cho phiến đá Nữ Oa tròn đầy gương mã não
giúp muôn cánh trắng hồng soi nếp áo,
hồ sen nỡ chối từ chăng?
kìa ánh sáng chào mừng Hoa Thất Bảo
chia lấy màu, chẳng mượn kính tam lăng.

ánh nguyệt bạch dẫu chia mà hợp nhất
cầu vồng bảy sắc tơ duyên,
từ thuở hai màu: Trời, Đất,
cộng vào năm vẻ Đá thuyền quyên.
và hết thảy gồm thâu trong Sắc PHẬT
để thành Không; nói chi Còn với Mất.
trăng thiên thu giác ngộ một đêm huyền.
vết thương Trời khuyết sứ y nguyên?
hay lớn mãi trên chặng đường Sóc Vọng?
hay liền lại rồi ư, những đêm dài thẫm bóng?
da trời không dấu tích nào ghi...

bài toán đặt ra từ thượng cổ
vườn trăng đêm ấy Lâm tì ni
ngôi thứ Bảy đã bừng lên đáp số
lòng chúng sinh rửa sạch mọi hồ nghi.

sức vá trời đâu phải
một cánh tay truyền kỳ
đá vá trời đâu phải
riêng một khối huyền vi.

trời ấy thủng những vết thương vô số
ai gắn vào muôn hạt ngọc li ti?
há chẳng phải một "tình thương vô số"
đầy không gian thể nhập sức Từ Bi?

chim kêu đỉnh núi Nga Mi
tiếng vang "PHẬT HIỆN" bay đi khắp trời.
tháng Tư, đêm nguyệt tỏ ngời,
năm năm Giải Đáp một lời treo cao.

mùa phật đản 2511

cuồng ca năm ngọ

thơ say dốc xuống từ bao năm
men dậy sông hồ vẫn nổi tăm.
dâu biển biển dâu càng gắt nhịp
càng chưa chịu tỉnh giấc con tằm.
cố nhân hoặc tân nhân nào hỏi,
đáp: tuổi trời cho đúng nửa trăm.
nhưng tuổi vương tơ đâu đã chín,
xuân này ta mới hai mươi nhăm.

hai mươi nhăm năm rồi đây!
một phần tư thế kỷ...
từ năm RỒNG bay đến nay NGỰA hí;
ta gượng vui cười cợt làm khuây,
mà chiếc bóng lê theo
                  nặng trĩu bước chân gầy.
có ai ngờ được nhỉ?
ta thất thểu trên đường thiên lý
mắt mòn theo tháng ngày,
như chiếc bóng như bước chân rền rĩ,
mong gặp CHÀNG SAY tác giả THƠ SAY...
ôi thất thểu sông Hồng đi tìm sông Nhị,
hồ Bạc nằm tương tư hồ Tây!

mỗi xuân sang mỗi sa lầy
giòng thi cảm dính bùn lầy sông hồ...

thời gian chỉ một bến Cô-Tô,
chớp mắt Đông Tây thành cố đô.
thuyền nát lòng khi rời khỏi bến
còn mang theo mãi tiếng chuông Chùa.
tim này vẫn đập
mái chèo xa xưa.
bầu không có rượu
trên vai đeo hờ.
tự bao giờ... lại bây giờ
nghe sôi mạch máu còn ngờ men dâng.

sàigòn 1966

trẩy hội

ba mươi năm trước hội CHÙA HƯƠNG
ải Bắc thuyền xuôi vạt áo sương.
bầu rượu nắm nem trời Xứ Lạng
đôi giòng một ngả nước sông Thương.
cỏ rơm chia ấm bao đêm trọ
sắt đá chung vui mấy doạn đường.
Chợ Tía, Đồng Văn, rồi Phủ Lý,
phương này hợp lại đủ mười phương.
trà xanh đón khách mười phương
non xanh đậm lợt biên cương Đại Hùng.
thoát trần như bước trên nhung
miền Nam ngược tới miền Trung đổ về.

trẩy hội đâu đâu cũng đổ về
Đông Đoài Nam Bắc một phương quê.
tạo "duyên" thay "nghiệp" giây Oan gỡ,
hiểu "sắc" là "không" bến Giác kề.
suối biếc chuyển lời kinh vọng khắp
bụi hồng theo ngọn gió tung hê.
bỗng dưng tìm thấy con người thật
của chính mình xưa trót lạc đề.

bài thơ HƯƠNG TÍCH vô đề
cắm sâu vần điệu bên lề Thời Gian
chữ bay từng cánh chim ngàn
mỗi câu là một Niết Bàn hóa thân.

chót vót Đài Thiêng chợt hiện thân
cây Từ Bi nở đóa tường vân.
trèo non cho biết TÂM không loạn
xuống động càng tin PHẬT ở gần.
mưa dưới vòm rêu ngừng lại nối
nhạc trong vách đá ảo mà chân.
càn khôn riêng một Chùa Thiên Tạo
hẳn đã lên ngôi trước Lý Trần.
những ai vua Lý vua Trần
mượn chèo Nam Hải xa dần sóng mê.
lòng thành trao tới vua Lê
còn đây cửa động chữ đề Nam Thiên...

rõ ràng PHẬT QUỐC ngự Nam Thiên
động mở kỳ quan đá nhập thiền.
chuông khánh nghe xa còn phảng phất
khói hương ngoảnh lại vẫn triền miên.

đường thênh thang đó, thân lìa tục;
đời hẹp hòi sao, mộng gặp tiên!
ngắm gốc Bồ Đề, ai có thấy
ngưng vào khoảnh khắc cả Vô Biên?
một vòng nhân quả vô biên
gió rung cây Bạc cây Tiền nhớ chăng?
hồn Thơ đã sạch như băng
suối Đào cung Quế đâu bằng Hương Sơn!

những từ mây khóa nẻo HƯƠNG SƠN
ức triệu tâm linh nặng khối hờn.
chia nước, người đi muôn dặm cách
mong tin, ngày kể bốn ngàn hơn.
lửa Ma Vương rắc, hoa nhiều vẻ
sóng Nại Hà sôi, huyết mấy cơn.
khói bốc lên trăng MÙA PHẬT ĐẢN
hao gầy thương bóng núi cô đơn.
mài trăng thẹn bút cô đơn
non xa DẤU NGÁT chập chờn hồn quyên.
dám xin PHẬT chứng lời nguyền:
năm sau Bến Đục neo thuyền hành hương.

nam đô phật lịch 2511

mơ chùa hương

phơi phới hồn Thơ chắp cánh mây
đường lên đất Bắc mở trời Tây.
núi trong bóng Phật còn "thơm" mãi
động chẳng tay Người vẫn "dấu" đây.
một sợi kỳ HƯƠNG rừng suối dẫn
muôn trùng cổ TÍCH gió trăng vây.
trái mơ vàng ửng hoa mơ trắng
theo bướm về bên gối rụng đầy.

trắng vàng mưa thoáng nhẹ
hoa trái tóc thơm lây
mười phân một vẻ
tai lắng hồn ngây.
mơ Rừng Mơ như vẽ...
hương Chùa Hương như gây...
ngoài kia lan héo vũng lầy
nát trà mi, đỗ quyên gầy tin xuân.
tỏ mờ hai mảnh Pháp Luân
trăng neo hoài ở thượng tuần thế sao?

Rừng Mơ vẽ lại bức chiêm bao
chẳng biết Chùa Hương điểm góc nào?

vách đá quên màu mây sửng sốt
chuông vàng lạc giọng suối nôn nao.
đứt tung bậc dốc mê đường xuống
treo ngược hang sâu tuyệt lối vào.
mặt giấy hốt nhiên chau nét bút
DẤU THƠM kìa thấp thoáng trên cao!

giấy vừa chau nét mặt
trời cũng rách nền sao
ca trùng im bặt
hơi sương nghẹn ngào.
mơ Rừng Mơ ai dắt?
hương Chùa Hương ai trao?
mà nay phương vị lật nhào
Giải Oan đâu phải Suối Đào ngày xưa.
tung hoành mực đậm son thưa
ba chiều cảm ứng vẫn chưa thăng bằng.

không gian còn ngại trước gương Lăng
chiều thứ tư về sức vạn năng.
lòng mỗi chúng sinh nguyên có PHẬT
đời ai hàn sĩ nửa làm TĂNG.

bụi trong, sao ấn vàng hoen được?
nước đục, vì hoa điện sáng chăng?
thoắt đã từ hai câu hỏi ấy
lưng đêm mọc lớn cánh chim bằng.

đêm tung cánh vùn vụt
ngày sải vó băng băng
vơi bao nhiêu phút
đầy bấy nhiêu trăng.
Rừng Mơ dìu mộng bút
Chùa Hương lên nhang đăng.
Bồ Đề Thân đẹp bóng Hằng
cây khô còn vướng cát đằng nữa chi?
lời kinh dẫn bước chân đi
DẤU THƠM ở gốc Từ Bi, nơi Lòng.

ai vẽ cho thành nỗi ước mong
bằng muôn nét thẳng vạn đường cong!
bếp Trời ngay dưới đất
bến Đục vẫn là trong.
Pháp Luân một vẹn, CHÙA HƯƠNG ấy
chẳng mực son mà tự vẽ xong.

mấy phen lệ đá tuôn giòng
đầu non mây đợi quấn vòng tâm tang.
ai hay lệ rỏ vòm hang
đáy hang cũng đá nhịp nhàng mọc lên.
thân xưa thạch nhũ
rơi vào lãng quên
giờ đây thạch trụ
ngàn năm vững bền.
không gian nào kể dưới trên
thời gian nào kể hai bên có bờ!
tấm gương trăng Tỏ hay Mờ
Tròn hay Khuyết, chỉ danh hờ đó thôi!

chén vàng trong mắt tục
bao độ xẻ làm đôi
ánh vàng thơm Quả Phúc
lâng lâng chuyện lở bồi.
mới hay dẳng dặc từ vô thỉ
đạo vẫn đoàn viên, mãi ở ngôi.
giấc mộng CHÙA HƯƠNG đâu phải "mị"
Rừng Mơ kết trái Thiện Tâm rồi.

nam đô phật lịch 2511

tuyết trắng gương trong

PHẬT giáng LÂM VIÊN thuở nguyệt tròn
lung linh NÚI TUYẾT giữa vàng son.
phai vàng ngôi báu son cung cấm
vạn thuở Tình Thương, tuyết chẳng mòn.

ai nung gan đá khô giòn?
ai thiêu cho ruột héo hon cỏ bồng?
người đâu xương sắt da đồng
mà ai sôi vạc lửa hồng bấy nay?

PHẬT động lòng thương kiếp đọa đày
hóa thân làm tuyết bốn trời bay
kết hoa sáu cánh sen mười trượng
giọt tĩnh bình xoa dịu đắng cay.

trăm trai giòng máu phương này
còn thơm nhờ PHẬT ngàn tay độ trì.
cỏ vành ngậm, đá bia ghi,
núi cao bên nớ, bên ni sông dài.

bao phen lửa quỷ thắt vòng đai
vóc ngọc thân vàng chẳng thể phai.
chuông khánh vẫn khua vang bốn biển
năm năm mừng bóng nguyệt NHƯ LAI.

chín phương một điểm linh đài
son to ĐẢN nhật bút mài HÙNG phong.
nhớ câu PHẬT ở trong lòng
càng mơ tuyết trắng gương trong đời đời.

                                                        nam đô 2511

viên mãn

rối tơ lòng tịnh đế
mật tím sắc bồ quân
bụi độc khói cay sương nghẹn lệ
muôn trùng cỏ loạn nhớ ba xuân.
ngày đi... bước bước gian truân
mạn đà la nở tới tuần tròn trăng
Phật Mười Phương chiếu Pháp Đăng
tỉnh hồn ai "bán vi Tăng" mấy mùa.

tung hoành nẻo đô thị
sắt đá hiện hình vua,
cháy rực ngã ba đường Thế Kỷ
lẽ đâu không hiện bóng Ngôi Chùa!
nói chi rằng được rằng thua
còn chi mà bán mà mua hỡi người?
xương khô liệu có ngày tươi?
nhựa khô liệu có nét cười về cây?

trái đất rồi khô vỏ
nằm nhăn mặt lưu đày.
hỏi ai đủ sức hồi sinh nó
ngoài đấng Từ Bi đỉnh Núi Mây?

nói chi rằng đấy rằng đây,
ngàn xưa vẫn một Cao Dày: PHẬT TÂM.
bến mê đã nức hương trầm
dễ ai gió bắt mưa cầm được ư?

bút thơ này nguyện góp
thân phận gầy ưu tư
thép mài năm tháng còn thoi thóp
tre rỗng trần tâm quyết chẳng hư.
dám mong Phật kết bè Từ
giữa đêm tròn bóng Chân Như giáng phàm.
cứu nguy từ gốc: phương Nam,
Bắc Đông Đoài sẽ lòng tham tắt dần.

nam đô phật lịch 2511

tháp đoàn viên

kính dâng lên Bồ Tát QUẢNG ĐỨC

Tháp, Tháp Lửa chín tầng xây;
giữa muôn trùng sắt máu vô tâm
        hiện tình thương vào gạch ngói.
từng viên gạch chưa quên
đã nung lò Hỏa Đức,
mạch đất tổ bỗng chứa chan Hùng lực
theo lời kinh nghẹn lệ đang trào ra, tung ra...

ôi, Tháp dựng ngay từ chưa dựng Tháp,
bằng Lửa Từ Bi đốt thịt xương!
nơi này đây cả Đô thành cúi rạp
nghe khói dâng nhòa ánh triêu dương.
nam mô Chư Phật Mười Phương:
xóa rồi chăng, cảnh đêm trường Vô Minh?

ý NGƯỜI đã Kim Cương bừng nở;
tàn nhục thân Đạo pháp không lìa.
vẫn Kim Cương Bảo Tọa chỗ ngồi kia.
bóng cao vút thăng-hoa về chính giữa,
trên bốn ngả đường mê.

Người khiến giác quan năm cửa
dẫn vào Tim sức Lửa
tự Hồng Bàng qua Đinh, Lý, Trần, Lê,
đã gắn chặt lòng dân, sử ngàn trang rực rỡ;
Người ra đi trường cửu với sơn khê.
lửa Dân Tộc, gốc BỒ ĐỀ,
trái tim này: một phương QUÊ nhiệm mầu.

tượng ai tạc, bút ai ghi cho xứng?
lòng muôn dân ghi tạc mới là sâu.
mùa PHẬT ĐẢN năm nay còn THÁP dựng
là Bóng Xưa Hình Mới nguyện gồm thâu.

rồi đây, rồi trăm muôn đời sau...
còn mãi THÁP LỬA THIÊNG,
             Trái Tim Người còn mãi;
biển tha hồ dâng sóng cướp nương dâu.
ký ức VIỆT, qua phút giây thần khải,
vết kim cương sao có thể phai nhầu!
ôi, LỬA sẽ về đâu?...
bãi cát nằm say, bơ vơ cầu quán;

đang cùng lắng tai
lòng quê đòi đoạn.
kìa LỬA từ TRÁI TIM
         bay ra muôn huyết quản,
ai nòi VIỆT đều nghe trong huyết quản
sôi lên Ngọn Lửa Bốn Ngàn Năm?
cớ sao bãi cát say nằm?
vì ai cầu quán đăm đăm mấy miền...?

Tháp Bút ngoài kia dào dạt
khuya nay cùng Tháp Báo Thiên.
nam mô QUẢNG ĐỨC Đại Bồ Tát.
ý Người ban ra,
        khắp non sông đều chuyển đạt:
lửa từ bi hiện THÁP ĐOÀN VIÊN.

nam đô phật lịch 2511

bia hùng lực

đất PHẬT trời THƠ, một phen bĩ cực.
xót đạo thương đời, lòng đau rưng rức.
bồ tát thiêu thân, đêm tan đáy vực.
thế giới nghiêng mình, Việt Nam bừng thức.
kìa tháp ĐOÀN VIÊN, này bia HÙNG LỰC.
đá hiện Thời Gian, khắc sâu ký ức.
thông điệp TỪ BI: TRÁI TIM sáng rực.
bốn ngả hành hương, đều nghe thơm nức.
giòng máu Lửa Thiêng, sôi lên trong ngực.
vững một niềm tin: NGÀN TAY giúp sức.
bèo bọt sông Mê, tìm ra lẽ Thực.
phá vỡ cô đơn, thoát ly áp bức.
ruột thịt hòa vui, trên đường chính trực.
đồng thanh nam mô: Bồ tát QUẢNG ĐỨC

sài đô phật lịch 2511

lửa... lửa... và lửa

Vừa mới hôm nào Lửa YẾN PHI
bay lên... nối cánh Lửa TỪ BI;
giờ đây, lại nổi lòng dân Việt
đau xé trời Nam: Lửa NHẤT CHI...!
ba đợt cháy lên Thông Điệp Lửa,
đêm sao có thể đặc như chì?
đốt cho bom đạn tan thành lệ,
hai ngả sông sầu hãy nguyện đi!
hãy nguyện cho màu tang nổi gió
trên đầu quả phụ với cô nhi!
mẹ ơi, tóc hãy làm giông tố!
màu tóc màu tang có khác gì...
trắng một vòng bay quanh Trái Đất,
nối dài Thông Điệp Lửa uy nghi.
sáng trưng Hỏa Lệnh, bồ câu trắng
sẽ đốt Thời Gian mở lối về.

đêm phật đản 2511

thơ Vũ Hoàng Chương trang 98 — Hàng Thị tái bản

Phụ Lục

Ghi chú Phụ Lục (trang i)

Ảnh gia đình, từ trái sang phải:
- phu nhân Định Thị Thục Oanh với con trai Vũ Hoàng Tuân
- thi sĩ Vũ Hoàng Chương

Thủ bút thi sĩ
1. chữ Nôm
Em đến từ trang sách họ Bồ
Mang theo mùi đất ẩm xương khô
(Người Nữ Hoa Tiêu)
2. chữ Việt
Hoa nghiêm chợt tỉnh kiếp nào xưa
Cho tấm lòng Xuân đẹp mấy bờ
Chuông khánh Hàn san, đêm Nhiệt đới
Thuyền vào... tay ngọc rắc như mưa
Cây bên sông đứng hai hàng chữ
In xuống thời gian nghĩa bất ngờ
Vành vạnh trăng lên từ đáy nước
Hải triều vang dội hướng mây đưa
Mây phong nếp áo ngàn xưa
Mở tung hương sắc hội Mưa hoa này
Tròn duyên Thiên nữ chắp tay
Chúng sinh bao kiếp đọa đày sạch trơn
(Mừng Phật Đản 2516)
3. tiếng Anh
The "blue age" at full moon, that blue so unbounded
In YSA's blue eyes, the blue sky gets drowned
Vũ Hoàng Chương viết tay trong thi phẩm **Thi Tuyển**, bản đặc biệt đánh dấu 015 dành tặng nữ thi sĩ Bỉ Ysabel Baes. Thơ tiếng Anh do Nguyễn Khang dịch hai câu sau trong bài *Ysa*
Xanh tuổi trăng tròn xanh bát ngát
Trời xanh chết đuối mắt YSA

Hán Tự

Thời Cảm

Ánh Trăng Đạo Lý trang 24
Bút Nở Hoa Đàm trang 49

起膺夜夜聴啼鵑

筆劍偕盟羽檄傳

詩可伏龍旗伏虎

鐘能回日磬回川

一朝覺岸天花散

萬里春風般若船

南國山河南國寺

如何飲水不思原

Giấy Ủy Quyền

Giấy Ủy Quyền

Tôi đứng tên dưới đây là: Vũ hoàng Tuấn sinh ngày 17.1.1956 tại Saigon. Giấy Chứng minh nhân dân số 020072802 thứ cư ngụ tại số: 92/7H, đường Xô viết nghệ tĩnh, phường 21, Quận Bình Thạnh, thành phố Hồ Chí Minh Việt Nam

Tôi nguyên là Con của Ông Vũ Hoàng Chương (1915 - 1976) và Bà Đinh thị Thục Oanh (1919 - 2005).

Mục đích thiết lập giấy Uỷ quyền nầy là dành cho Ông: Trần Ngọc Khôi được in lại những tác phẩm của Cha Tôi là Thi sỹ Vũ hoàng Chương, Việc in ấn đó sẽ được thực hiện tại Hoa kỳ.

Mọi tranh chấp sau này nhân danh nghĩa Gia đình chúng tôi hoàn toàn không được chấp nhận.

12.6.2008 Con trai duy nhất của Thi Sỹ

VŨ HOÀNG TUẤN

thơ Vũ Hoàng Chương trang vi   Hàng Thị tái bản

thư mục Vũ Hoàng Chương

do Hàng Thi

Đã có

Nhị Thập Bát Tú (2023)
  những bài thơ viết theo thể *Nhị Thập Bát Tú*

Ta Còn Để Lại Gì Không (2023)
  những bài thơ chưa in vào thi phẩm nào lúc sinh thời

Thơ Say & Mây (2024)
  Thơ Say và *Mây*

Rừng Phong & Hoa Đăng (2024)
  Rừng Phong và *Hoa Đăng*

Hoa Đàm nối Lửa Từ Bi (2024)
  Lửa Từ Bi, *Ánh Trăng Đạo Lý*, và *Bút Nở Hoa Đàm*

tìm đọc online https://hangthi.com
hoặc gởi điện thư về nxbhangthi@gmail.com để nhận sách in

Sẽ có

Trời Một Phương & Cành Mai Trắng Mộng
  Trời Một Phương và *Cành Mai Trắng Mộng*

Ngồi Quán & Đời Vắng Em Rồi Say Với Ai
  Ngồi Quán và *Đời Vắng Em Rồi Say Với Ai*

Kịch Thơ
  Vân Muội, *Trương Chi*, *Hồng Diệp*, và *Tâm Sự Kẻ Sang Tần*

Mộng Trắng Thơ Vàng Tóc Bạch Kim
  các bài thơ dài (ngoài *Nhị Thập Bát Tú*) đã dịch ra ngoại ngữ
  trong *Cảm Thông*, *Thi Tuyển*, và *Tân Thi*

do các nhà xuất bản khác

Chúng Ta Mất Hết Chỉ Còn Nhau
  Rừng Trúc (1974)

Ta Đợi Em Từ Ba Mươi Năm
  Một số thân hữu và các cựu môn sinh (1985)